हेल्दी शाकाहार

मृणाल तुळपुळे

सकाळ प्रकाशन

सकाळ प्रकाशन

Healthy Shakahar by Mrunal Tulpule

हेल्दी शाकाहार

लेखिका : मृणाल तुळपुळे

प्रथम आवृत्ती : डिसेंबर २०१७

मुखपृष्ठ आणि मांडणी संकल्पना : मधुमिता शिंदे

अक्षरजुळणी व मांडणी : यशोधन लोवलेकर

प्रकाशक : सकाळ मीडिया प्रा. लि.
५९५, बुधवार पेठ,
पुणे - ४११ ००२

ISBN : 978-93-86204-93-6

संपर्क : ०२०-२४४० ५६७८/८८८८८ ४९०५०
sakalprakashan@esakal.com

खाण्याच्या बाबतीत
अत्यंत चोखंदळ असणारा माझा नवरा आनंद
व समस्त तुळपुळे परिवारास

प्रस्तावना

शाकाहार, ज्याला पूर्वापार सात्त्विक आहार असेही संबोधिले जाते, याचा संबंध सत्त्वगुण वृद्धीशी जोडला गेला आहे. या शाकाहाराला आजच्या भाषेत सत्त्वयुक्त आहार असे म्हटले तर वावगे ठरणार नाही.

आज आपल्या देशात जवळजवळ २० ते २४ टक्के लोक शाकाहार घेणे पसंत करतात. पण ते सारेच निरोगी आहेत का? याचे उत्तर 'नाही' असे आहे. शाकाहारी असले तरी कोणाच्या आहारात भाज्या व फळांचा समावेश अभावानेच असतो तर काही जण धान्यपदार्थांवर भर देताना दिसतात. काहीजण दुग्धजन्य पदार्थ कमी सेवन करतात. याचबरोबर हल्ली गोड पदार्थ, तळलेले पदार्थ आणि जंक फूड खाण्याचे प्रमाण देखील वाढलेले दिसते. या सर्वांमुळे स्थूलता, मधुमेह, हृदयरोग, यांसारख्या आजारांचे प्रमाण आपल्या देशात वाढत चालले आहे. यांना जीवनशैलीमुळे होणारे आजार असे म्हणतात. या आजारांना जर आपल्यापासून दूर ठेवायचे असेल, तर दोन गोष्टी खूपच महत्त्वाच्या आहेत, पुरेसा व्यायाम आणि संतुलित व पोषक आहार. हेल्दी शाकाहार या पुस्तकात लेखिकेने नेहमीच्या काही पदार्थांच्या कृती देऊन त्या आपण कशा हेल्दी करू शकतो, हे आपल्यासमोर सुंदर पद्धतीने मांडले आहे.

मांसाहारामध्ये प्रथिने व मेदाम्लांचे प्रमाण जास्त असते, तर शाकाहारामध्ये जीवनसत्त्वे व क्षारांचे प्रमाण अधिक असते. एखादी व्यक्ती मांसाहारी असेल, तर ही सर्व पोषणमूल्ये मिळवण्यासाठी त्याला शाकाहारची जोड देणे अत्यावश्यक ठरते. तसेच, आपण शाकाहारी असलो तरी आपल्या आहारात पोषणमूल्यांचे संतुलन असणे हे देखील महत्त्वाचे असते.

हेल्दी शाकाहार म्हणजे कमी तेल वापरून, शिजवून अथवा बेक किंवा ग्रिल करून तोच पदार्थ अधिक रुचकर होऊन आपल्याला जास्त पोषणमूल्ये

कशी देऊ शकेल, अशा पद्धतीने स्वयंपाकाच्या पद्धतीत केलेला बदल, ज्यामध्ये काही वेगळ्या अन्नपदार्थांच्या वापराचाही समावेश आहे. लेखिकेने ही सर्व माहिती सर्वांना समजेल अशा साध्या व सोप्या भाषेत पुस्तकात प्रस्तुत केली आहे. यामुळे स्वयंपाकातील क्लिष्टता जाऊन स्वयंपाकाची आवड असणाऱ्या सर्वांना नवनवीन पदार्थ करून खाऊ घालण्याचा आनंद या पुस्तकाद्वारे लेखिकेने उपलब्ध करून दिला आहे.

आजकाल जागतिकीकरणामुळे जसे जग जवळ आले आहे, तसे विविध देशांतील वैशिष्ट्यपूर्ण पाककृतींची चव आपल्याला माहिती झाली आहे. त्यामुळे आपल्या आहारातील काही पदार्थांची जागा या नवनवीन पदार्थांनी घेतली आहे. रोजच्या भाज्यांची जागा या विदेशी भाज्यांनी घेतली आहे. या सर्व विदेशी भाज्या, सूप्स, सॅलड, सँडविच असो किंवा हमूससारखा कडधान्यांनी तयार केलेला पदार्थ असो, सर्व पाककृती हेल्दी तर आहेतच, पण तेवढ्याच खाण्यास रुचकर देखील आहेत.

या पुस्तकाची अजून एक खासियत म्हणजे प्रत्येक पाककृतीतून मिळणारे ऊष्मांक व अन्नघटकांची दिलेली रुचकर माहिती यामुळे या पदार्थांचे आहारातील महत्त्व पटकन समजून येते. ऊष्मांकांचे आकडे हे जरी पाककृतीनुसार ढोबळपणे दिलेले असले तरी असा पदार्थ करून खाण्याचा आनंद त्यामुळे द्विगुणित होतो.

या पुस्तकात विविध अन्नघटकांपासून तयार होणाऱ्या पदार्थांचे विभागवार वर्गीकरण केले आहे. त्यामुळे आपापल्या आवडीनुसार, आवश्यकतेनुसार पाककृतींची निवड करणे गृहिणींना सोपे जाणार आहे. असे सर्वसमावेशक आणि परिपूर्ण पुस्तक वाचकांना फारच उपयोगी पडणार आहे. हे पुस्तक लेखिकेच्या अनुभवी पाकसिद्धीतून तयार झाले आहे.

असे पुस्तक उपलब्ध करून दिल्याबद्दल लेखिकेचे व सकाळ प्रकाशनाचे खूप खूप आभार.

- सुचेता लिमये

BHSc, PGD, MSc (Dietetics)

(आहारतज्ज्ञ)

मनोगत

'हेल्दी शाकाहार' हे माझे चौथे पुस्तक. माझी दोन पुस्तके ('माझी खाद्यभ्रमंती' व 'कहाणी चटणीची') सकाळ प्रकाशनाने प्रकाशित केली आहेत. खाद्यभ्रमंतीमध्ये निरनिराळ्या प्रवासांतील माझे अनुभव, तिथे खाल्लेले पदार्थ, तेथील खाद्यसंस्कृती व वेगवेगळ्या देशांत वापरली जाणारी मातीची भांडी यांविषयी माहिती आहे. या पुस्तकातील बहुतेक कृती त्या त्या देशातील लोकांनी दिलेल्या आहेत.

'कहाणी चटणीची' या पुस्तकात चटणीचा इतिहास, तिच्या उगमापासून तिचा प्रवास व चटण्यांचे शेकडो प्रकार आहेत. विशेष म्हणजे त्यातील बहुसंख्य चटण्यांच्या कृती मैत्रिणी, नातेवाईक व काही सुगृहिणींनी लिहून दिल्या आहेत.

हल्ली बहुतेक लोक आपली प्रकृती व आहार याबाबत जागरूक झालेले दिसतात. काही जण तर वेगन व शाकाहारी झाले आहेत. त्यांना मार्गदर्शन करण्यासाठी आहारतज्ज्ञांनी लिहिलेली अनेक पुस्तके बाजारात आहेत. त्यामध्ये वैद्यकशास्त्रातील शब्द, कोष्टके, आकडेवारी अशी उपयुक्त व शास्त्रीयदृष्ट्या योग्य अशी माहिती असते. मी हेल्दी शाकाहाराविषयी सखोल माहिती मिळवताना अशा प्रकारची अनेक पुस्तके नजरेखालून घातली, तेव्हा ती फार क्लिष्ट असतात, असे लक्षात आले. शाकाहाराचे फायदे व त्यातून शरीराला सर्व पोषक घटक कसे मिळतील, याचा अभ्यास मी केला व त्यानुसार वेगवेगळे हेल्दी व पौष्टिक पदार्थ करण्याचे प्रयोग केले. ही सगळी माहिती गृहिणींना समजेल, अशा साध्या, सोप्या शब्दांत मांडावी, असे वाटले.

आहारतज्ज्ञांच्या मते, जे आठवड्यातून कमीत कमी चार वेळा तरी सामिष भोजन घेतात, ते खरे मांसाहारी. आपल्याकडे मांसाहार करणाऱ्या बहुतेक घरांतून आठवड्यातून दोनदा सामिष भोजन घेतात. त्यातही रस्सा जास्त असल्याने त्यातून शरीराला आवश्यक असणारी पुरेशी प्रथिने मिळत नाहीत. त्यामुळे इतर

दिवशी खाल्ल्या जाणाऱ्या शाकाहारी पदार्थांतून शरीराला प्रथिने व इतर पोषक घटक मिळणे आवश्यक आहे. माझ्या मैत्रिणी व नातेवाईकांमध्ये बरेच ज्येष्ठ नागरिक आहेत. तर काहींच्या घरात लहान मुले आहेत. त्यांचा हल्ली पौष्टिक व हेल्दी पदार्थ करण्याकडे कल आहे, असे दिसून आले. त्यांच्या घरी सर्व अन्नघटकांनी परिपूर्ण आहार कसा मिळेल, याचे नियोजन करून स्वयंपाक केला जातो. सुट्टीच्या दिवशी मात्र मुलांना पाहिजे ते खाण्याची मुभा असते. त्यांच्याकडून मला हेल्दी शाकाहारी पदार्थ कसे केले जातात व ते करण्याच्या वेगवेगळ्या पद्धती समजल्या.

वडा-पाव, बर्गर, पिझ्झा, पावभाजी असे चटकमटक पदार्थ खायला सगळ्यांनाच आवडते. मग मी तेच पदार्थ हेल्दी कसे बनवता येतील, याचे स्वयंपाकघरात प्रयोग करून पाहिले. खूप जणांना रोज भाजीपोळी खायला नको वाटते. त्याला पर्याय म्हणून मी काही हेल्दी पदार्थ शोधले. आपल्या खाद्यसंस्कृतीमधील थालीपीठ, कोथिंबीर वडी, मिसळ यांतील घटकांमुळे थोडाफार बदल करून ते हेल्दी केले. पदार्थ तळणे टाळले व जेवणातल्या तेलतुपाचे प्रमाण कमी करून त्या पदार्थातील कॅलरीज कमी केल्या.

समोर आलेला पदार्थ बघूनच खावासा वाटला पाहिजे. त्यामुळे पदार्थाच्या चवीप्रमाणेच त्याच्या सजावटीलादेखील महत्त्व दिले पाहिजे, असे वाटते. त्यानुसार, मी रोजच्या जेवणात थोडा थोडा बदल करून वेगवेगळे मेन्यू तयार केले. माझ्या हेल्दी पदार्थांच्या कृती आणि त्या अनुषंगाने येणारी इतर माहिती 'हेल्दी शाकाहार' या पुस्तकात समाविष्ट केली आहे. वाचकांना ती नक्कीच आवडेल, असे वाटते.

आहारतज्ज्ञ सुचेता लिमये यांच्या अभ्यासपूर्ण प्रस्तावनेमुळे तसेच प्रत्येक पाककृतीला दिलेल्या ऊष्मांक नोंदणीमुळे पुस्तकाचे मूल्य वाढले आहे. त्याबद्दल त्यांचे मनापासून आभार.

मृणाल तुळपुळे

अनुक्रमणिका

आरोग्यदायी संतुलित आहार १२

■ शाकाहार व मांसाहार ■ रेनबो डाएट ■ फूड पिरॅमिड

चटकदार... हेल्दी १७

■ लो कॅलरी चटणी ■ दह्याचे स्प्रेड ■ कोशिंबिरीसाठी दही ■ तेलाशिवाय टोमॅटो चटणी ■ पाण्याची फोडणी

पदार्थ शिजवण्याच्या पद्धती आणि पाककृती २०

■ उकडणे- भाज्यांचे चाट ■ वाफवणे- दुधीचे / पालकचे रोल

■ भाजणे- बाबा गनौश ■ बेकिंग- हेल्दी बेक्ड व्हेजिटेबल्स

■ ग्रिलिंग- व्हेज शाशलिक ■ स्टरफ्राईंग- चायनीज स्टर फ्राईड भाज्या

■ तळणे- भाज्या व डाळींचे वडे ■ शॅलो फ्राय- सोलाणे व मेथीचे पॅटीस

महाराष्ट्रीय भोजनाचे ताट २७

मराठमोळे पदार्थ ३०

■ भाज्या घातलेले पोहे ■ कोथिंबीर वडी (प्रकार १)

■ कोथिंबीर वडी (प्रकार २) ■ फणसाची भाजी ■ वाल व दोडक्याचा मसालेभात

■ भरल्या वांग्याचा मसालेभात

दुग्धजन्य पदार्थ ३७

■ मसाला दही ■ दही पोहे ■ शाही पनीर ■ दुधातले भाज्यांचे स्ट्यू

■ मेथीची कढी ■ राजस्थानी दहीवाले आलू

देशी भाज्या ४२

■ पालक पास्ता (पालेभाजी) ■ भरलेली भोपळी मिरची (फळभाजी)

■ सुरणाचे काप (कंद भाजी) ■ गवार आणि मटारची भाजी (शेंगभाजी)

■ दुधीची रसभाजी (वेलभाजी) ■ बेक्ड कॉलीफ्लावर (गड्डा भाजी)

विदेशी भाज्या ४७
▪ भरलेली झुकिनी ▪ ब्रोकोली पास्ता ▪ पांढऱ्या ग्रेव्हीतील ब्रोकोली ▪ लोण्यातले ब्रसेल्स स्प्राउट्स ▪ लीमा बीन्स ऑन नूडल्स ▪ बटण मश्रूम्स आणि बेबी कॉर्न्स

हेल्दी बटाटा ५३
▪ चटपटीत बटाटे ▪ डॅनिश पोटॅटोज ▪ बटाट्याचे अरेबिक सॅलड
▪ बेक्ड बीन्स अँड पोटॅटो केक ▪ बेक्ड पोटॅटो वेजेस

हेल्दी कोशिंबिरी ५७
▪ कोबीची कोशिंबीर ▪ मेथी रायता ▪ मूग व बुंदी रायता ▪ दह्यातला पालक

निरनिराळ्या डाळींपासून हेल्दी पाककृती ५९
▪ वाल व मसूरची डाळ ▪ दालचा (मसूर, मूग व तूर डाळ)
▪ टोमॅटोच्या रसातली मटकीची डाळ ▪ पांढरा ढोकळा (उडीद डाळ)
▪ चण्याच्या डाळीचे धिरडे

डाळ व भाज्या ६४
▪ कॉलिफ्लावर घातलेली वाटली डाळ ▪ साई भाजी ▪ पारसी धनसाक
▪ डाळ वांगं

धान्ये ६८
▪ पनीरचा रोल किंवा फ्रँकी ▪ घावन घाटले ▪ गोड घावन ▪ ज्वारीच्या मुठिया
▪ टोमॅटो ऑमलेट ▪ ज्वारीचे धपाटे ▪ बाजरीची खिचडी

चटपटीत मका ७३
▪ कॉर्नची भाजी ▪ कॉर्न मेथी सीख कबाब ▪ चटणी लावलेली मक्याची कणसे
▪ उगारी

हेल्दी ओट्स ७६
▪ ओट्स आणि केळ्याची मफीन्स ▪ ओट्स व भाज्यांच्या वड्या

भाजणी ७८
▪ थालिपिठाची भाजणी ▪ वांग्याचे थालीपीठ ▪ भाजणीचे मोकळे ▪ भाजणी भरलेल्या मिरच्या

पोषक कडधान्ये ८१
▪ मटकीची खिचडी ▪ हमूस ▪ कडधान्याचे हिरवे सॅलड ▪ राजमा मेथी

चविष्ट सोयाबीन ८३
▪ पालक टोफू ▪ श्रावण घेवडा व सोयाबीनची भाजी ▪ सोयाबीन्सची उसळ▪ सोया चंकचा रस्सा

सकाळचा नाश्ता (Breakfast) ८८
▪ सफरचंदाच्या सॉसमधील प्लम्स ▪ बतीथा ▪ संत्र्याचे सॅलड ▪ बेरीज विथ मिल्क सॉस ▪ मेक्सिकन फ्रूट सॅलड ▪ स्मूदी (५ प्रकार)

सँडविच ९४
▪ कॉलेज कँटीन सॅडविच ▪ मेयॉनिज सँडविच ▪ बॅगेट सॅडविच (सब वे) ▪ तीन रंगी सँडविच ▪ व्हेजिटेबल टोस्ट

हेल्दी सॅलड्स ९८
▪ बीटचे सॅलड (प्रकार १) ▪ बीटचे सॅलड (प्रकार २) ▪ अरेबिक सॅलड ▪ रशियन सॅलड ▪ कोबीचे सॅलड ▪ चिजलिंगचे सॅलड

सूप्स १०१
▪ मिनिस्ट्रोन सूप ▪ व्हेनेशियन राईस अँड पीज सूप ▪ इटालियन ब्रेड सूप ▪ पालक सूप ▪ पमकिन सूप

प्रांतोप्रांतीच्या खास भाज्या १०४
▪ सरसों का साग ▪ गट्टे की सब्जी ▪ ओट्सची इडली व इडली चाट ▪ लोण्याशिवाय पावभाजी

हेल्दी जेवणाचे वीस मेन्यू ११०

आरोग्यदायी संतुलित आहार

सध्याच्या धकाधकीच्या जीवनशैलीत हेल्दी आहार आणि व्यायाम या दोन गोष्टींना अनन्यसाधारण महत्त्व मिळाले आहे. नुसता व्यायाम करून फायद्याचे नाही, तर त्याला योग्य अशा खाण्याचीदेखील जोड असावी लागते, याची सर्वांना जाणीव झाली आहे.

हेल्दी म्हणजे आरोग्यदायी. ज्या विविध प्रकारच्या पदार्थांतून आपले आरोग्य निरोगी राखण्यासाठी, शरीराला शक्ती व ऊर्जा मिळण्यासाठी आणि मन:स्वास्थ्यासाठी आवश्यक अशी पोषणमूल्ये मिळतील, त्या पदार्थांचे सेवन करणे म्हणजेच 'हेल्दी आहार'. ही पोषणमूल्ये म्हणजे प्रथिने, खनिजे, जीवनसत्त्वे, पिष्टमय घटक, स्निग्धपदार्थ आणि पाणी.

हेल्दी खाण्यातला एक महत्त्वाचा भाग म्हणजे संतुलित आहार. संतुलित आहार किंवा उत्तम डाएट म्हणजे काय तर आहारतज्ज्ञांनी केलेल्या प्रत्येक अन्नगटामधून योग्य प्रमाणात पदार्थांचे सेवन करणे. धान्ये, फळे व भाज्या, प्रथिने, दुग्धजन्य पदार्थ, स्निग्ध पदार्थ आणि गोड पदार्थ असे ते गट आहेत. संतुलित आहार घेतल्याचे अनेक फायदे आहेत. त्यामुळे वजन प्रमाणशीर राहते, शरीरातील चरबीचे प्रमाण कमी होते, शरीराला ऊर्जा मिळते, उत्तम झोप लागते व त्यामुळे मन व शरीर आनंदी रहाते. हेल्दी व संतुलित आहार ही उत्तम आरोग्याची गुरूकिल्ली आहे असे म्हणतात ते काही चुकीचे नाही.

- **शाकाहार व मांसाहार**

इतिहासातील दाखले बघितले तर मनुष्यप्राणी त्याच्या उत्क्रांतीपासून जंगलातील शिकार, तिथला झाडपाला, कंदमुळे, मध, बेरीसारखी फळे यावर आपली उपजीविका करत होता, असे दिसून येते. हळूहळू हे लोक गटागटाने राहू लागले. त्यांना विस्तवाचा व मातीची भांडी बनवण्याचा शोध लागला व त्या भांड्यांमध्ये

अन्नपदार्थ शिजवल्यामुळे ते पचायला सोपे जातात हे त्यांच्या लक्षात आले. यामुळे मनुष्याच्या खाण्याच्या सवयी बदलल्या. खाण्याच्या जोडीने त्यांच्या बाकीच्या गरजा आणि सवयी देखील बदलत गेल्या व त्या पूर्ण करण्यासाठी शिकारीच्या जोडीने इतर अनेक गोष्टी करण्याची जरूर भासू लागली. समूहाने राहणाऱ्या लोकांना धान्ये, फळे, भाज्या अशा वेगवेगळ्या अन्नघटकांची माहिती होऊन त्यांची लागवड करण्याचे तंत्र त्यांनी आत्मसात केले. यातूनच शेतीचा उगम झाला. मनुष्यप्राण्याच्या आहारात शाकाहार व मांसाहार असे दोन प्रकार होण्यामध्ये त्यांचे समूहाने राहणे, विस्तवासारखे शोध, अन्नपदार्थ शिजवणे व शेती या सगळ्या गोष्टीं कारणीभूत ठरल्या असतील, असे वाटते.

आज जगाच्या पाठीवर अनेक देशांत लोक वेगवेगळ्या कारणांसाठी शाकाहारी आहार घेतात. त्या सगळ्यांमध्ये आपल्या देशात शाकाहारी आहार घेणाऱ्या लोकांचे प्रमाण जास्त आहे असे दिसून येते. शाकाहार का अंगीकारावा याबद्दल विविध कारणे दिली जातात. आपल्याकडे बहुतेक घरांमधून पिढ्यान्‌पिढ्या पारंपरिक पद्धतीचे शाकाहारी जेवण बनवले जाते तर काहीवेळा तब्येतीसाठी पथ्य म्हणून शाकाहारी पदार्थ खावे लागतात. काहीजण आवड म्हणून किंवा मांसाहार करणे न पटल्यामुळे शाकाहारी पदार्थ खातात. याचे उत्तम उदाहरण म्हणजे 'वेगन डाएट'. त्यामुळे असे म्हणता येईल की घरची पद्धत, तब्येतीसाठी पथ्य किंवा आवड अशी शाकाहार अंगीकारण्याची कारणे असू शकतात.

शाकाहारी आहारातून पुरेशी प्रथिने व कॅल्शियम मिळत नाही, ते सर्व घटकांनी परिपूर्ण नसते, तसेच त्या आहारात विविधता नसते अशी आपल्यापैकी बऱ्याच जणांची समजूत असते. शाकाहारी पदार्थांविषयी नीट अभ्यास केला तर असे दिसून येते की, ही समजूत अगदी चुकीची आहे.

शाकाहारी डाएटमध्ये वनस्पतीजन्य आणि दुग्धजन्य पदार्थांचा समावेश असतो. दुग्धजन्य पदार्थ म्हणजे दूध, दही, ताक, चीज, पनीर, लोणी, तूप तर वनस्पतीजन्य पदार्थ म्हणजे भाज्या, फळे, डाळी, कडधान्ये, धान्य, तेलबिया व 'नट्स'. या सगळ्या घटकांपासून अगणित खाद्यपदार्थ बनवले जातात. शाकाहारात जेवढी विविधता आहे तेवढी विविधता इतर कोणत्याच प्रकारच्या आहारामध्ये दिसून येत नाही.

जवळपास प्रत्येक शाकाहारी पदार्थात थोडी फार प्रथिने असतातच. डाळी, बीन्स, कडधान्ये यातून शरीराला आवश्यक असलेली प्रथिने मिळतात. कॅल्शियमचे म्हणाल तर पालेभाज्या, दूध आणि चीजमधून भरपूर कॅल्शियम

मिळते. शाकाहारी पदार्थ हे तंतूमय असून त्यातून मॅग्नेशियम, पोटॅशियम, लोह, आणि विविध जीवनसत्त्वे मिळतात. शाकाहारी लोकांच्या आहारात मांसाहारी पदार्थांपेक्षा फार कमी प्रमाणात ऊष्मांक (calories) व सॅचुरेटेड फॅटस असतात. शाकाहारामुळे मधुमेह, स्थूलता, हृदयरोग, रक्तदाब असे विकार टाळण्यास मदत होते.

शाकाहारी काय आणि मांसाहारी काय, आपण जर आपल्या खाण्याचे व्यवस्थित नियोजन केले तर त्यायोगे सर्व घटकांनी परिपूर्ण असा आहार आपण घेऊ शकतो. आजच्या जीवनशैलीत आरोग्यकारी आणि संतुलित शाकाहाराचे अनेक फायदे दिसून येतात.

■ रेनबो डाएट

आपला रोजचा आहार आरोग्यदायी होण्यासाठी त्यात फळे व भाज्यांचा समावेश असणे जरूरीचे आहे. फळे व भाज्यांमध्ये विविध रंग असून प्रत्येक रंगाचे शरीराला वेगवेगळे फायदे आहेत. फळे व भाज्या हे निसर्गाने दिलेले नैसर्गिक अन्न असून ते अनेक पोषणमूल्यांनी परिपूर्ण असे आहे. त्यात स्निग्धता आणि कोलेस्टेरॉल हे अगदी कमी प्रमाणात असते फळ व भाज्यांमुळे शरीराला कर्बोदके, तंतूमय पदार्थ आणि अनेक जीवनसत्त्वे व खनिजे मिळतात. त्यात ऊष्मांक फारच कमी असतो व त्यातून जी नैसर्गिक साखर मिळते ती शरीराला अतिशय उपयुक्त अशी असते.

या गोष्टी लक्षात घेउन कोरिया, जपान, डेन्मार्क देशांच्या खाद्यसंस्कृतीमध्ये पदार्थांच्या रंगसंगतीला खूप महत्त्व दिले जाते. भाज्या व फळे यांची नैसर्गिक चव आणि मूळ रंग टिकवण्याकडे त्यांचा कल असतो. निरनिराळ्या रंगांनी नटवलेला, सजवलेला पदार्थ नुसता बघूनच पोट भरते व याचे उत्तम उदाहरण म्हणजे डॅनिश ओपन सँडविच. ब्रेडला वेगवेगळी हेल्दी स्प्रेड्स लावून त्यावर अतिशय कलात्मक पद्धतीने रंगीबेरंगी भाज्या, फळे व हर्बज् मांडली जातात. या सँडविचची चव तर उत्तम असतेच; पण त्याच्या रंगसंगतीमुळे ते खूप आकर्षक दिसतात. असाच दुसरा पदार्थ म्हणजे कोरियन भात. कोरियन जेवणात बशीच्या मध्यभागी पांढरा भात व त्याच्या बाजूने केशरी गाजरे, जांभळा कोबी, हिरवी पालेभाजी, लाल बीट अशा रंगीबेरंगी भाज्या ठेवून त्यावर चवीसाठी वेगवेगळे सॉस घातले जातात.

विविध नैसर्गिक रंगांची फळे व भाज्या डोळ्यांना तर आनंद देतातच; पण ती अतिशय आरोग्यदायी देखील असतात. त्यातून शरीराला असंख्य फायदे

मिळतात. त्यासाठी आपल्या आहारात अशा विविध रंगाच्या भाज्या व फळे यांचा समावेश करून घ्यायला पाहिजे. आहारतज्ज्ञ अशा डाएटला 'रेनबो डाएट' असे म्हणतात. त्यांच्या मते भाज्या व फळांना मिळालेल्या इंद्रधनुष्याच्या सात नैसर्गिक रंगांपैकी प्रत्येक रंगाच्या भाज्या व फळांमध्ये शरीराला आवश्यक अशी निरनिराळी पोषणमूल्ये असतात.

लाल :	टोमॅटो, लाल मुळा, लाल माठ, बीट, राजमा, स्ट्रॉबेरी, डाळिंब, चेरी
केशरी :	गाजर, लाल भोपळा, आंबा
पिवळा :	लिंबू
हिरवा :	पालेभाज्या, भोपळी मिरची, भेंडी, गवार, मटार, कारली.
निळा/जांभळा :	वांगी, जांभूळ, जांभळा कोबी,
पांढरा :	मुळा, कांदा, कॉलीफ्लॉवर, काकडी

आपल्या आहाराचे व्यवस्थित नियोजन केले तर शाकाहारी डाएटमधून सर्व वयाच्या लोकांच्या शरीराला लागणारी पोषणमूल्ये मिळू शकतात. त्यासाठी आहारात विविध घटकांचा समावेश करून घ्यायला पहिजे. विविध प्रकारच्या, रंगीबेरंगी आणि चविष्ट अशा शाकाहारी पाकशैलीची मजा लुटली पाहिजे.

■ फूड पिरॅमिड

हेल्दी आहारासाठी आहारतज्ज्ञांनी एक त्रिकोणाकृती (पिरॅमिड) तयार केली आहे. त्याद्वारे कोणते पदार्थ खावे व ते किती प्रमाणात खावेत, हे दर्शवलेले असते. पिरॅमिडच्या तळाशी असलेले पदार्थ मुबलक प्रमाणात खावेत. तळापासून वर वर जाताना प्रत्येक टप्प्यावरील पदार्थांचे सेवन त्या त्या क्रमाने कमी कमी करावे. पिरॅमिडच्या तळाशी कर्बोदके असलेले पदार्थ म्हणजे सर्व धान्यांचा समावेश केलेला असतो. त्याच्या वरच्या टप्प्यात भाज्या व फळे, त्यावर दुग्धजन्य पदार्थ, डाळी, कडधान्ये, व सोया हे प्रथिनांनी युक्त पदार्थ असतात. पिरॅमिडच्या टोकाला अत्यल्प प्रमाणात खाण्याचे गोड व तळलेले पदार्थ असतात. हा पिरॅमिड अगदी अचूक असतो, असे नाही. पण आपल्याला योग्य असा आहार निवडण्यासाठी त्यामुळे नक्कीच मदत होऊ शकते

हेल्दी आहार म्हणजे काय तर आपल्या शरीराला आवश्यक असणाऱ्या पोषणमूल्यांनी परिपूर्ण असा आहार. त्यामध्ये प्रथिने, पिष्टमय पदार्थ, स्निग्ध

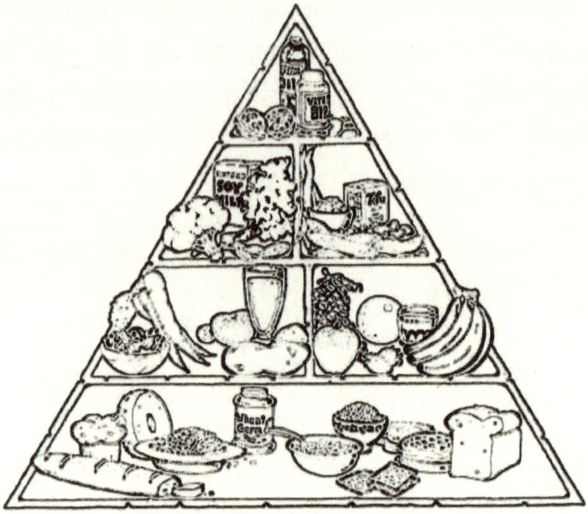

पदार्थ, जीवनसत्त्वे खनिजे व पाणी यांचा समावेश असतो. यासाठी निरनिराळ्या अन्नघटकांच्या गटामधून योग्य प्रमाणात पदार्थ निवडून ते खाणे योग्य ठरते. हे घटक म्हणजे धान्ये, फळे व भाज्या, प्रथिने, दुग्धजन्य पदार्थ, स्निग्ध व शर्करायुक्त पदार्थ. डाएट पिरॅमिड हा काही अगदी अचूक असतो असे नाही; पण त्यावरून आपल्याला योग्य असा आहार निवडण्यासाठी नक्कीच मदत होऊ शकते.

अनेक हेल्दी व शाकाहारी पदार्थ हे अतिशय रुचकर असून करायला सोपे व लवकर होणारे असतात. मुख्य फायदा म्हणजे ते मांसाहारी पदार्थांपेक्षा पचायला सोपे जातात. बाजारात तर निरनिराळ्या प्रकारची 'डाएट फूड्स' मिळतातच; पण हेच डाएटचे पदार्थ घरी देखील बनवता येतात आणि तेसुद्धा शुद्ध शाकाहारी.

चटकदार... हेल्दी

आरोग्यदायी आहाराचे नियोजन करताना सर्वप्रथम आपल्या खाण्याच्या सवयी थोड्याफार बदलाव्या लागतील व त्यासाठी हे करावे-

- *रोज एखादे फळ खावे.*
- *स्वयंपाक तेला-तुपाशिवाय किंवा कमी तेल वापरून करावा.*
- *रोजच्या आहारात भाज्यांचे प्रमाणात वाढवावे.*
- *होल ग्रेन्सचा ब्रेड, हातसडीचा किंवा ब्राउन तांदूळ, अख्ख्या डाळी आहारात असाव्यात.*
- *कमी स्निग्धांश असलेले दुग्धजन्य पदार्थ म्हणजे साय काढलेले दूध, लो फॅट दुधाचे दही खावे.*
- *आहारात काकडी, टोमॅटो, लेट्यूस अशा कच्च्या भाज्या असाव्यात.*
- *ऑलिव्ह तेलाचा वापर करावा.*
- *भरपूर पाणी प्यावे.*
- *दिवसातून चार वेळा खावे.*
- *भूक लागली की फळे व ड्राय फ्रूट्स खावी.*

रोजच्या खाण्याचे नियोजन करताना व त्या खाण्यात विविधता आणण्यासाठी पुढील चटण्या, सॉस व स्प्रेड वापरून वेगवेगळे हेल्दी पदार्थ बनवता येतात. वेळ मिळेल तेव्हा हे पदार्थ तयार करून फ्रीजमध्ये ठेवावे.

लो कॅलरी चटणी

साहित्य

१ वाटी कोथिंबीर, ४ हिरव्या मिरच्या, अर्धी वाटी पुदिना, १ कच्चा टोमॅटो, चवीला मीठ व साखर.

१०० किलो कॅलरी

कृती

सर्व जिन्नस मिक्सरमधून बारीक वाटावेत व चटणी करावी. टोमॅटोमध्ये पाण्याचा अंश असल्यामुळे चटणी वाटताना वेगळे पाणी घालण्याची जरूर पडत नाही.

दह्याचे स्प्रेड

साहित्य

साय काढलेल्या दुधाचे दही,
लसूण, ओरेगानो,
बेसिल, चवीला मीठ व मिरपूड

६० किलो कॅलरी

कृती

साय काढलेल्या (लो फॅट) दुधाचे दही फडक्यात बांधून ठेवावे. पाण्याचा अंश पूर्णपणे गेला की घट्ट दही बाऊलमध्ये काढावे. त्यात चवीला मीठ व मिरपूड घालून चांगले फेटावे. हेल्दी सँडविच बनवण्यासाठी हे स्प्रेड योग्य आहे. या दह्यात लसूण, ओरेगानो, बेसिल अशी हर्ब्ज घातली तर त्याला छान चव व स्वाद मिळतो.

कोशिंबिरीसाठी दही

साहित्य

१ वाटी दही

६० किलो कॅलरी

कृती

दह्यातली कोशिंबीर करताना लो फॅट दही वापरावे. ते दही कोशिंबीर करण्याआधी थोडा वेळ फडक्यात बांधून ठेवावे. त्यातला पाण्याचा अंश कमी झाला की, दह्याला घट्टपणा येईल व कोशिंबीरीला पाणी सुटणार नाही. खाली राहिलेले पाणी टाकून न देता भाजीत किंवा डाळीत वापरावे.

फॅटलेस व्हाईट सॉस

■ **साहित्य**

१ कप साय काढलेले दूध,
१ मोठा चमचा कणिक,
चिमूटभर साखर, चिलीफ्लेक्स,
चवीसाठी मीठ व मिरपूड

९५ किलो कॅलरी

■ **कृती**

दुधामध्ये कणिक घालून मिश्रण हाताने कालवून घ्यावे. त्यात मीठ, चिलीफ्लेक्स, मिरपूड व साखर घालून मंद गॅसवर ठेवावे. चमच्याने हलवत सॉसला दाटपणा येईपर्यंत शिजवावे. (सॉसमध्ये गुठळ्या झाल्या तर तो गाळण्यावर गाळून घ्यावा.)

तेलाशिवाय टोमॅटो चटणी

■ **साहित्य**

४ लालबुंद टोमॅटो,
१ चमचा लसूण पेस्ट,
१ चमचा चिली फ्लेक्स,
चवीसाठी मीठ व साखर.

८० किलो कॅलरी

■ **कृती**

टोमॅटो गरम पाण्यात उकळून घ्यावे. गार झाल्यावर साले काढून तो कुस्करून घ्यावा. त्यात लसूणपेस्ट, चिलीफ्लेक्स व मीठ साखर घालून मिश्रण दाट होईपर्यंत शिजवावे. ही चटणी फ्रीजमध्ये आठवडाभर टिकते.

पाण्याची फोडणी

पाण्याची फोडणी हे कानाला जरा वेगळेच वाटते; पण पदार्थ हेल्दी करायचा असेल तर फोडणीची ही पद्धत अवलंबणे योग्य ठरते. तेलाच्या फोडणीसाठी व तूप-जिऱ्याच्या फोडणीसाठी दोन पद्धती आहेत.

१. छोट्या कढल्यात चार थेंब तेल घालून त्यात मोहरी घालावी व तडतडली की काढून घ्यावी. त्याच कढल्यात कढीलिंबाची दोन-चार पाने व हिंग परतून घ्यावा. हे जिन्नस वेगळे ठेवावे. पदार्थ करताना भांड्यात पाणी घेऊन त्यात हळद घालावी. पाण्याला उकळी आली की त्यात वेगळे ठेवलेल्यातली थोडी मोहरी व कढीलिंब घालावा. उरलेली मोहरी व कढीलिंब दुसरा पदार्थ करताना वापरावी.

२. जिरे कोरडे भाजून घ्यावे. हिरवी मिरची गॅसवर भाजून घ्यावी. पदार्थ करताना भांड्यात पाणी घेऊन त्यात भाजलेले जिरे, मिरची घालून पाण्याला उकळी द्यावी.

पदार्थ शिजवण्याच्या पद्धती आणि पाककृती

पाकक्रियेमध्ये तळणे, उकडणे, वाफवणे, परतणे, भाजणे अशा पदार्थ शिजवण्याच्या अनेक पद्धती आहेत. पदार्थ शिजवताना उकडणे, वाफवणे, भाजणे ह्या पद्धतींचा आवलंब केल्याने ते हेल्दी होऊ शकतात. शॅलो फ्राय, स्टर फ्राय अशा पद्धती वापरल्यास तेलाचा व तुपाचा अगदी कमी वापर केला जातो.

- **उकडणे**

भाज्यांचे चाट

- **साहित्य**

प्रत्येकी १/२ वाटी मक्याचे दाणे,
मटार, हिरवे मूग,
शेंगदाणे, १ कांदा बारीक चिरून,
चाट मसाला व मीठ चवीप्रमाणे,
कोथिंबीर,
बारीक चिरलेली हिरवी मिरची
जिऱ्याची पूड, १ वाटी लो फॅट दही.

- **कृती**

दही फेटून त्यात मीठ व जिरेपूड घालावी. मक्याचे दाणे, मटार, मूग व शेंगदाणे उकडून घ्यावे. गार झाले की त्यात कांदा, कोथिंबीर, हिरवी मिरची, मीठ व चाट मसाला घालावा. हे मिश्रण काचेच्या बाऊलमध्ये काढून त्यावर फेटलेले दही घालावे.

२०३ किलो कॅलरी

- **वाफवणे**

दुधीचे / पालकाचे मुटकुळे

- **साहित्य**

१ लहान दुधी भोपळा / २ वाट्या बारीक चिरलेला पालक,
३ हिरव्या मिरच्या,
१" आले व ४ लसूण पाकळ्या वाटून,
१/२ वाटी चिरलेली कोथिंबीर,
डाळीचे पीठ,
१ चमचा भाजलेले तीळ,
चिमूटभर खायचा सोडा,
मीठ व साखर चवीला
फोडणीसाठी १ चमचा तेल,
हळद, हिंग, मोहरी व तीळ.

२५० किलो कॅलरी

- **कृती**

दुधी साल काढून किसून घ्यावा. त्यात वाटलेले आले लसूण व मिरची घालावी. मीठ, साखर व तीळ घालावे. या मिश्रणात खायचा सोडा व मावेल तेवढे डाळीचे पीठ घालून हाताने वळता येईल इतपत घट्ट भिजवावे. मिश्रणाचे २" लांबीचे मुटकुळे करावे. कुकरमध्ये ताटलीत केळीचे पान ठेवावे व त्यावर मुटकुळे ठेवून वाफवावे. तेल तापवून हळद, हिंग, मोहरी व तिळाची फोडणी करावी व त्यावर मुटकुळे परतावे. गरम गरम मुटकुळे हिरव्या चटणी बरोबर खावेत.

(केळीच्या पानाला मुटकुळे चिकटत नाहीत व त्यामुळे ताटलीला लावण्यासाठी तेल वापरावे लागत नाही.)

- **भाजणे**

रोजचा स्वयंपाक करताना आपण 'भाजणे' या पद्धतीचा खूप वापर करतो. शेंगदाण्याचे कूट करण्याआधी ते भाजून घेतो, सुके खोबरे भाजतो, वांग्याचे भरीत करताना ते भाजतो, मक्याची कणसे भाजून खातो. शिरा व उपम्यासाठी रवा भाजून घेतो, तसेच पापड भाजतो.

बाबा गनौश

■ **साहित्य**

कोळशावर भाजून साल काढलेले
१ मोठे वांगे, १ लिंबाचा रस,
१ मोठा चमचा ऑलिव्हचे तेल,
१ कांदा, ४ लसूण पाकळ्या,
२ चमचे ताहिनी (तिळाची पेस्ट),
१ चमचा बारीक चिरलेली पार्सली.

१९० किलो कॅलरी

■ **कृती**

वांग्याचा गर, कांदा, लसूण, ताहिनी व मीठ असे सगळे पदार्थ मिक्सरवर बारीक वाटून घ्यावे. त्यात लिंबाचा रस घालून एकजीव करावेत. सर्व्ह करताना मधोमध खड्डा करून त्यात ऑलिव्ह ऑईल घालावे व वरून पार्सली घालावी.

■ **बेकिंग**

बेकिंग म्हटले की डोळ्यांसमोर येतात ब्रेड, केक व विविध प्रकारची बिस्किटे असे पदार्थ. या सगळ्या बेकरीमध्ये बनणाऱ्या पदार्थात तेल, तूप, मैदा व साखर असल्यामुळे ते आरोग्यास फारसे चांगले नाहीत. हल्ली बेकिंग हा तळलेल्या पदार्थांना पर्याय म्हणून वापरला जातो व त्यानुसार बेक केलेल्या करंज्या, शंकरपाळी असे गोडाचे तर सामोसे, रोल्स असे तिखट पदार्थ बाजारात मिळतात. तिखट पदार्थांमध्ये बेक्ड व्हेजिटेबल्स हा एक लोकप्रिय प्रकार आहे.

हेल्दी बेक्ड व्हेजिटेबल्स

■ **साहित्य**

२ कप दूध,
१ मोठा चमचा कणिक,
चवीसाठी मीठ व मिरपूड,
४ चमचे टोमॅटो केचप
साधारण दीड कप भाज्या- बटाटा, मटार, कॉलिफ्लॉवर, गाजर,
२ चमचे चीजलिंग बिस्किटांचा चुरा.

२४७ किलो कॅलरी

■ **कृती**

दुधामध्ये कणिक, मीठ व मिरपूड कालवावी. मंद गॅसवर ठेऊन दाटपणा येईपर्यंत शिजवावे. शिजताना सतत ढवळावे म्हणजे सॉसमध्ये गुठळ्या होणार नाहीत. भाज्यांचे लहान तुकडे करून मीठ घालून वाफवून घ्याव्यात. वाफवलेल्या भाज्या व २ चमचे टोमॅटो केचप तयार सॉसमध्ये मिसळावे. सिलिकॉन मोल्डमध्ये भाज्यांचे मिश्रण

घालून त्यावर ब्रेडक्रम्स व उरलेला टोमॅटो सॉस घालावा. ओव्हनमध्ये बेक करावे. (यात मैद्याऐवजी कणिक वापरल्याने व लोणी, चीज ह्या पदार्थांचा वापर टाळल्यामुळे त्याची चव न बदलताही तो हेल्दी होतो.)

- **ग्रिलिंग.**

व्हेज शाशलिक

- **साहित्य**

१ वाटी लो फॅट दही,
१ चमचा आले-लसूण पेस्ट,
१ चमचा चिली फ्लेक्स,
चवीपुरते मीठ,
१ भोपळी मिरची,
१ बटाटा,
५ लहान कांदे,
५ कॉलीफ्लॉवरचे तुरे,
अननसाचे ५ चौकोनी तुकडे
५ चेरी टोमॅटो स्टिक्स

३५० किलो कॅलरी

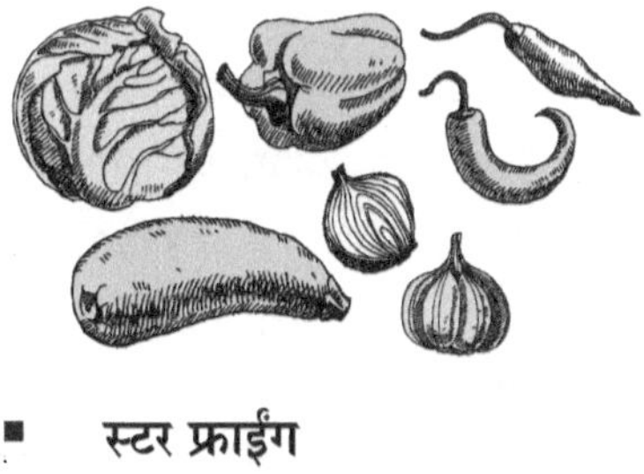

- **कृती**

दही थोडा वेळ फडक्यात बांधून त्यातील पाणी काढून टाकावे. घट्ट दह्यात आले-लसूण पेस्ट, मीठ व चिलीफ्लेक्स घालून चांगले फेटून घ्यावे. भोपळी मिरची व बटाट्याचे चौकोनी तुकडे करावेत. भाज्यांना दह्याचे मिश्रण लावून त्या तासभर झाकून ठेवाव्या. स्टिकला दह्यात मुरलली भोपळी मिरची, बटाटा, कॉलीफ्लॉवर, अननस, कांदा व शेवटी चेरी टोमॅटो अशा भाज्या लावाव्या.

कोळशावर जाळी ठेवून किंवा बार्बेक्यू ओव्हनमध्ये तयार स्टिक्स ठेवून ग्रील कराव्यात या पद्धतीला पर्यायी पद्धत म्हणजे नॉनस्टिक तव्यावर तयार स्टिक्स ठेवाव्यात. त्यावर राहिलेले दह्याचे मिश्रण घालून झाकण ठेवावे. मंद आचेवर भाज्या ग्रिल कराव्या.

- **स्टर फ्राईंग**

'स्टर फ्राईंग' या पदार्थ शिजवण्याच्या पद्धतीचा उगम चीनमधला मानला जातो. चायनीज स्वयंपाक करताना वॉकमध्ये अगदी थोडे तेल घालून ते खूप गरम

केले जाते व त्यात पदार्थ घालून तो शिजवला जातो. या पद्धतीत भाज्या पूर्ण न शिजवता जरा कच्च्याच ठेवल्या जातात. तेल खूप गरम केल्याने त्यात पदार्थ पटकन शिजतो; पण तो पूर्ण शिजला जात नसल्यामुळे त्यातली बरीच पोषणमूल्ये टिकून रहातात. आरोग्याच्या दृष्टीने ह्या पद्धतीतील फायदे लक्षात आल्यामुळे आज स्टर फ्राईंग हा प्रकार जगभरात विशेषत: आशियाई देशात खूप लोकप्रिय झाला आहे.

चायनीज स्टर फ्राईड भाज्या

■ साहित्य

१ गाजर गोल चकत्या करून,
३ पातीचे कांदे उभे चिरून,
२ लाल मिरच्या,
३ ते ४ कॉलिफ्लॉवरचे तुरे,
१ वाटी लांब चिरलेला कोबी,
१ भोपळी मिरची उभी चिरून,
१/२ वाटी मोडाचे मूग,
४ पाकळ्या लसूण बारीक चिरून,
१ चमचा किसलेले आले,
२ चमचे सोया सॉस,
१ चमचा व्हिनीगर,
मीठ व साखर चवीप्रमाणे,
१ चमचा तेल.

■ कृती

नॉनस्टिक कढईमध्ये तेल गरम करून त्यात लाल मिरची, आले, पातीचे कांदे व कोबी घालून परतावे. त्यात सोया सॉस, व्हिनीगर, मीठ व साखर घालावी. त्यानंतर मोडाचे मूग, भोपळी मिरची, गाजर व कॉलीफ्लॉवर घालून हलवावे. जरासे परतून कढईला झाकण लावावे व गॅस बंद करावा.

२९४ किलो कॅलरी

■ तळणे

तसे बघितले तर आरोग्य आणि तळलेले पदार्थ या दोन अगदी परस्परविरोधी गोष्टी आहेत. पदार्थ तळण्यामुळे चविष्ट होत असला, तरी त्यातील शरीराला उपयोगी अनेक पोषणमूल्ये नष्ट होतात. वडे, सामोसे, भजी असे तळलेले पदार्थ समोर आले की, त्याच्या नुसत्या वासानेच तोंडाला पाणी सुटते. मात्र शरीराच्या आरोग्याकडे बघायचे की जिभेचे चोचले पुरवायचे ते आपणच ठरवायला पाहिजे.

बाजारात आज शेंगदाणा, कॅनोला, ऑलिव्ह, कॉर्न, नारळ, सूर्यफूल, तीळ, मोहरी अशी अनेक प्रकारची तेले उपल्बध असली तरी भारतीय स्वयंपाकात

आपण सूर्यफूल, नारळ, शेंगदाणा, मोहरी याच तेलांचा जास्त वापर करतो. आहारतज्ज्ञांच्या मते ऑलिव्ह किंवा सूर्यफुलाचे तेल हे आरोग्यकारक आहे; पण त्यापेक्षा तेल न वापरणे हे जास्त आरोग्यदायी आहे.

भाज्या व डाळींचे वडे

▪ साहित्य

प्रत्येकी अर्धी वाटी मूगडाळ,
हरभराडाळ व उडीद डाळ,
२ वाट्या किसलेल्या भाज्या,
१ कांदा, १ चमचा वाटलेले आले व हिरवी मिरची,
कोथिंबीर, चवीसाठी मीठ

१०५४ किलो कॅलरी

▪ कृती

डाळी चार तास भिजत घालाव्यात. मीठ घालून भरड वाटाव्या. त्यात भाज्या, कांदा, आले-मिरचीचे वाटण व मीठ घालून कालवावे. लहान लहान गोळे करून हातावर थापावेत व गरम तेलात तळावेत. टोमॅटो सॉस वा चटणीबरोबर सर्व्ह करावेत.

▪ शॅलोफ्राय

शॅलोफ्राय म्हणजे पसरट पॅनमध्ये किंवा तव्यावर थोडे तेल घालून त्यावर पदार्थ शिजवणे. हा प्रकार तळण्याला हेल्दी असा पर्याय होऊ शकतो.

सोलाणे व मेथीचे पॅटीस

▪ साहित्य

१ वाटी हिरवे सोलाणे,
१ वाटी बारीक चिरलेली मेथी,
१ हिरवी मिरची व इंचभर आले वाटून,
१ चमचा कोथिंबीर,
४ बटाटे, १ स्लाइस ब्रेड,
मीठ चवीला,
शॅलो फ्राय करण्यासाठी थोडे तेल.

७७२ किलो कॅलरी

▪ कृती

सोलाणे आणि मेथी मीठ घालून वाफवून घ्यावी व थोडा वेळ गाळण्यावर टाकावी म्हणजे त्यातला पाण्याचा अंश निघून जाऊन मिश्रण कोरडे होईल. सोलाणे व मेथी हाताने कुस्करून घ्यावी व त्यात वाटलेले आले, मिरची व मीठ घालून सारण तयार करावे. बटाटे उकडून साल काढावे व त्यात मीठ घालून कुस्करावे.

ब्रेडचा स्लाईस मिक्सरवर बारीक कराव्यात व बटाट्यात घालून मिश्रण घट्ट मळावे. मळताना हाताला थोडे तेल लावावे. या पिठाचा उंडा करून त्यात सोलाणे व मेथीचे सारण भरावे व उंडा बंद करून त्याला कटलेटसारखा चपटा आकार द्यावा. तव्यावर तेल सोडून शॅलोफ्राय करावे.

तेला-तुपाशिवाय स्वयंपाक करता येतो याचे बऱ्याच जणांना आश्चर्य वाटते. पदार्थ तळताना किंवा तेलात परतताना तो तेल शोषून घेतो त्यामुळे त्यातल्या कॅलरीज वाढतात. तळलेले पदार्थ खाणे म्हणजे कोलेस्टेरॉल, रक्तदाब, हृदयरोग, वजनवाढ अशा वेगवेगळ्या आजारांना आमंत्रण देण्यासारखेच आहे. त्यावर तळलेले पदार्थ अत्यल्प प्रमाणात खाणे व रोजच्या आहारातील तेलाचा वापर कमी करणे हा एक उत्तम उपाय आहे. त्यासाठी...

- **स्वयंपाक करताना नॉनस्टिक भांडी वापरावीत.**
- **पदार्थ बेक अथवा रोस्ट करताना सिलिकॉनच्या मोल्डचा वापर करावा.**
- **भाज्या करताना तेलाऐवजी पाणी किंवा भाज्यांचा स्टॉक वापरावा.**
- **सॅलड ड्रेसिंग किंवा सॉस तेलाशिवाय करावे.**
- **भाजी, आमटी करताना पाण्याची फोडणी करावी.**

महाराष्ट्रीय भोजनाचे ताट

निरनिराळ्या पद्धतीने शिजवलेले पदार्थ कोणत्या प्रसंगी बनवायचे, कसे करायचे, केव्हा खायचे, त्याच्या जोडीला कोणते पदार्थ घ्यायचे, या सर्वांचे गणित ठरलेले असते. महाराष्ट्रीय पद्धतीत ताट वाढताना जशी त्यातल्या प्रत्येक पदार्थाची जागा ठरलेली असते तसेच ते पदार्थ कोणत्या क्रमाने वाढायचे व कोणत्या क्रमाने खायचे हे देखील ठरलेले असते.

ताटात सर्वात वरती मीठ व त्याच्या खाली डाव्या बाजूला क्रमाक्रमाने लिंबाची फोड, चटणी, कोशिंबीर, लोणचे व पापड तर उजव्या बाजूला खाली तीन वाट्यात अनुक्रमे ताक, आमटी,पातळ भाजी व त्याखाली सुकी भाजी अशी तोंडीलावणी असतात. पापडाच्या खाली भजी, वडे असे पदार्थ तर ताटाच्या मध्ये गोड पदार्थ व खालच्या बाजूला वरणभात असतो.

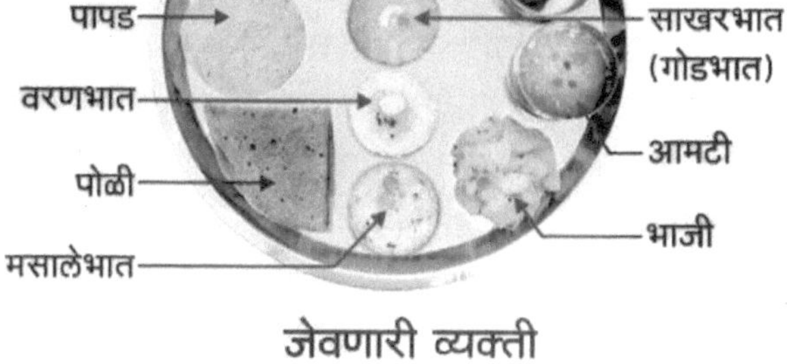

जेवणारी व्यक्ती

अशा वेगवेगळ्या चविष्ट पदार्थांनी पद्धतशीरपणे सजवलेले ताट आणि ताटाभोवती काढलेली रांगोळी बघूनच मन प्रसन्न होउन जाते. पारंपारिक पद्धतीने मग समोर लावलेल्या उदबत्तीचा सुवास घेत हात जोडायचे आणि 'वदनी कवल घेता नाम घ्या श्रीहरीचे' हा श्लोक म्हणून जेवणाला सुरुवात करायची.

जेवणाची सुरुवात होते वरण-भाताने. पांढऱ्या शुभ्र भाताची मूद आणि त्यावर पिवळे धमक वरण. त्यावर लिंबू पिळायचे, तूप, मीठ घालायचे अणि आणखी थोडे वरण घालून तो भात कालवायचा. वरणभात संपल्यावर त्याची जागा घेतो मसालेभात. त्यावर तूप घ्यायचे आणि तो पातळ भाजी व पापडाबरोबर खायचा. नंतर येणाऱ्या पुरी किंवा पोळीबरोबर खाण्यासाठी डावी-उजवीकडे तोंडीलावणी व गोड पदार्थ असतातच. मध्येमध्ये खाण्यासाठी चटकमटक भजी किंवा वडे असतात. अशा या साग्रसंगीत जेवणाची सांगता साध्या भाताने होते. शेवटचा भात बहुधा ताक, दही वा दुधाबरोबर खाल्ला जातो. या जेवणात डाळ, भात, कडधान्य, भाज्या, दही, ताक अशा पदार्थांचा सामावेश असल्यामुळे ते सर्व अन्नघटकांनी परिपूर्ण असे असते.

हे झाले समारंभातल्या किंवा सणावाराच्या जेवणाचे वर्णन. रोजच्या जेवणात रांगोळी, उदबत्ती नसली, तरी ताटात प्रत्येक पदार्थाची जागा ठरलेली असते. रोज आपण एवढे पदार्थदेखील करत नाही. रोजच्या जेवणात भात व पोळ्या तर असतातच; पण त्याबरोबर एक पातळ भाजी किंवा रस्सा, एक सुकी भाजी किंवा उसळ, कोशिंबीर, दही, ताक असे असेल तर ते जेवण पौष्टिक होऊ शकते.

जेवणातल्या पदार्थांपैकी मसालेभात, भरली वांगी, सोलकढी व ओल्या काजूची उसळ हे काही अगदी खास महाराष्ट्रातले पारंपरिक पदार्थ आहेत. अस्सल मराठमोळे पदार्थ म्हणजे वडापाव, कोथिंबीर वडी, थालीपीठ, कांदापोहे आणि मिसळ, तर सणावाराला केले जाणारे उकडीचे मोदक, पुरणपोळ्या आणि श्रीखंड ही पक्वान्ने. महाराष्ट्रातल्या प्रत्येक भागात हेच पदार्थ थोड्याफार फरकाने केले जातात. काही पदार्थ त्या त्या भागातले खास असे असतात. जशी कोल्हापूरची मिसळ, नागपूरचा वडाभात, आणि कोकणातली फणसाची भाजी. महाराष्ट्रातील प्रत्येक भागात पाककलेचे असे विविध आविष्कार पाहायला मिळतात.

हे सगळे पदार्थ वेगवेगळ्या चवीचे होतात ते त्या त्या ठिकाणच्या खास मसाल्यांमुळे. ताजे वाटलेले मसाले, गोडा मसाला, काळा मसाला, कांदालसूण मसाला व मालवणी मसाला हे त्यापैकी काही मसाले. प्रत्येक प्रकारचा मसाला पदार्थाला वेगळी चव व स्वाद देतो.

बहुतेक पारंपरिक पदार्थ सर्वांच्या आवडीचे असतात त्यामुळे ते घरी नेहमी बनवले जातात. त्यापैकी सगळेच पदार्थ आरोग्यदायी नसतात; पण म्हणून ते पदार्थ करायचेच नाहीत किंवा खायचे नाहीत असे करणे योग्य नाही. पारंपरिक पदार्थ व त्याची चव सर्वांना माहिती हवी. जे पारंपरिक पदार्थ आरोग्यकारक नाहीत त्यामध्ये इतर पर्यायी घटक वापरावे किंवा त्यांना इतर हेल्दी पदार्थांची जोड द्यावी. ह्या पदार्थांमध्ये थोडाफार बदल करून ते ते पौष्टिक करावेत.

मराठमोळे पदार्थ

- **कांदेपोहे**

कांदेपोहे हा सर्व वयाच्या लोकांचा अतिशय आवडता व सर्व महाराष्ट्रभर लोकप्रिय असा पदार्थ आहे. त्याचे वैशिष्ट्य म्हणजे तो दिवसाच्या कोणत्याही वेळेला खाण्यास योग्य असा आहे. मुळातच कांदेपोहे हे चविष्ट, पोटभरीचे व पौष्टिक आहेत; पण ते अधिक पौष्टिक बनवण्यासाठी त्यात कांद्याच्या जोडीने टोमॅटो, बटाटा, गाजर, मटार अशा भाज्या घालता येतील. पोहे करायची पद्धत जरी सगळीकडे एकच असली तरी त्यात गावोगावी वेगवेगळे पदार्थ घातले जातात. त्याच्याबरोबर खाण्याचे पदार्थ देखील गावोगावी वेगळे असतात.

कोल्हापूरच्या पोह्यात भरपूर शेंगदाणे घातलेले असतात व त्यावर कांदा लसूण मसाला घालून खाल्ले जातात. मुंबईच्या पोह्यांवर शेव तर, सोलापूरला दाण्याची चटणी घातली जाते, तर पुण्याला कोथिंबीर व ओले खोबरे घातले जाते. काही ठिकाणी पोह्याबरोबर दही खाल्ले जाते. कांदेपोहे हा मिसळीतला एक अविभाज्य घटक आहे. मिसळ करताना सर्वप्रथम कांदेपोहे घालून त्यावर एक एक करून इतर जिन्नस घातले जातात.

पूर्वी महाराष्ट्रीय घरांमध्ये वधुसंशोधनाचा कार्यक्रम असला की हमखास कांदेपोहे केले जात. ही पद्धत इतकी रूढ होती, की या कार्यक्रमालाच 'कांदेपोह्याचा कार्यक्रम' म्हटले जाई. एका मराठी चित्रपटातील 'आयुष्य हे चुलीवरल्या कढईतले कांदेपोहे' हे लोकप्रिय व अर्थपूर्ण गीत कांदेपोह्यांची लोकप्रियता पटवून देणारे आहे.

भाज्यांचे पोहे

साहित्य

२ वाट्या जाडे पोहे,
१ मोठा कांदा, १ उकडलेला बटाटा,
१ वाटी वाफवलेल्या भाज्या- मटार, गाजर व कॉलीफ्लॉवर
१ मोठा चमचा बारीक चिरलेली कोथिंबीर, ४-५ कढीलिंबाची पाने,
२ हिरव्या मिरच्या,
फोडणीसाठी २ मोठे चमचे तेल,
हिंग, हळद, मोहरी,
चवीला मीठ व साखर.

कृती

पोहे चाळणीत धुवून ठेवावे. नॉनस्टिक कढईमध्ये तेल गरम करून त्यात फोडणी करावी. फोडणीत हिरव्या मिरच्यांचे तुकडे, कढीलिंब व कांदा घालून परतावे. झाकण ठेवून कांदा वाफेवर शिजवावा. त्यात उकडलेल्या बटाट्याच्या फोडी व भाज्या घालून परतावे. धुतलेले पोहे व मीठ साखर घालून सगळे एकत्र करावे. झाकण लावून दणदणीत वाफ द्यावी.वरून कोथिंबीर पेरावी.

८१६ किलो कॅलरी

कोथिंबीर वडी

हा मराठमोळा पदार्थ आता इतर प्रांतांतही लोकप्रिय झाला आहे. जेवताना तो डावीकडचा पदार्थ म्हणून, नाश्त्यातल्या पदार्थाच्या जोडीला म्हणून किंवा दुपारी चहा-कॉफी बरोबर असा केव्हाही खाल्ला जातो. या वड्या टोमॅटो सॉस वा हिरव्या चटणीबरोबर छान लागतात. पावसाळ्याच्या दिवसात कांदाभजी प्रमाणेच गरमागरम कोथिंबीर वड्यांनीदेखील रंगत वाढते.

ज्यावेळी कोथिंबीर भरपूर व स्वस्त मिळते त्या वेळी मराठी घरात हा पदार्थ हमखास केला जातो. वड्या करण्याच्या घरोघरी वेगळ्या पद्धती असतात. या वड्या फोडणीला टाकल्या तर सर्व्ह करताना वरून ओले खोबरे व चिरलेली कोथिंबीर घातली जाते. काही ठिकाणी पिठाचे लहान लहान मुटकुळे वळून वाफवले जातात. करण्याची पद्धत कोणतीही असली तरी ह्या वड्या अतिशय चविष्ट लागतात हे खरे.

हेल्दी कोथिंबीर वडी - प्रकार १

साहित्य

१ जुडी कोथिंबीर,
१ मोठा चमचा तांदळाचे पीठ,
१ चमचा वाटलेले आले-लसूण व मिरची,
अर्धी वाटी मूग डाळ,
हळद, चवीला मीठ व साखर,
चिमूटभर खाण्याचा सोडा,
फोडणीसाठी १ चमचा तेल,
मोहरी, हिंग व १ चमचा तीळ

४०५ किलो कॅलरी

कृती

कोथिंबीर निवडून बारीक चिरून घ्यावी. मूग डाळ शिजवून घ्यावी. शिजलेल्या डाळीत हळद, मीठ, साखर, आले, लसूण व मिरचीचे वाटण, सोडा आणि कोथिंबीर घालून मळावे. मिश्रण गोळा वळता येईल इतपत घट्ट असावे. तातलीला तेल लावून ती कुकरमध्ये ठेवावी. तयार मिश्रणाचे साधारणपणे दीड इंच जाडीचे दोन लांबडे रोल वळून ताटलीत ठेवावे व १० ते १५ मिनिटे वाफवावे. गार झाल्यावर त्याच्या चकत्या कराव्या व वरून हिंग, मोहरी व तिळाची फोडणी द्यावी किंवा वड्या फोडणीला टाकाव्या.

हेल्दी कोथिंबीर वडी - प्रकार २

साहित्य

अर्धी वाटी हरभरा डाळ,
अर्धी वाटी मूग डाळ, १ चमचा तीळ,
१ जुडी कोथिंबीर, ३ हिरव्या मिरच्या,
आल्याचा लहानसा तुकडा,
हळद व चिमूटभर खाण्याचा सोडा.
जरूरीप्रमाणे बेसन, तळणीसाठी तेल
फोडणीसाठी १ चमचा तेल
चवीला मीठ व साखर, मोहरी, हिंग

५३० किलो कॅलरी

कृती

कोथिंबीर निवडून बारीक चिरून घ्यावी. दोन्ही डाळी एकत्र करून दोन तास भिजत घालाव्यात. भिजलेल्या डाळी, आले व हिरव्या मिरच्या थोडे पाणी घालून मिक्सरवर वाटून घ्याव्या. त्यात मीठ, साखर, तीळ, हळद, कोथिंबीर व सोडा घालावा. जरूर लागेल त्याप्रमाणे बेसन घालून मिश्रण थापता येईल इतपत घट्ट करावे. ताटलीला तेल लावून त्यावर हे मिश्रण

थापावे. ते साधारणपणे इंचभर जाड असावे. ताटली कुकरमध्ये ठेवून मिश्रण वाफवून घ्यावे. गार झाल्यावर चौकोनी वड्या कापाव्या. कढईमध्ये तेलाची फोडणी करून त्यावर वड्या परताव्या किंवा शॅलोफ्राय कराव्यात.

मिसळ

मिसळ-पाव हा एक प्रसिद्ध महाराष्ट्रीय पदार्थ आहे. त्यात मोडाची मटकी व भाज्या असल्यामुळे तो पौष्टिक तर असतो; काही ठिकाणी फक्त मटकीऐवजी मिश्र कडधान्याची उसळ केली जाते, तर काही ठिकाणी मिसळीबरोबर दही घेतले जाते. मिसळीला खरी चव मिळते ती त्यावर घातल्या जाणाऱ्या रश्श्याची म्हणजेच कटाची. त्यामुळे हा कट बनवताना त्यातला मसाला हा महत्त्वपूर्णघटक असतो.

पुण्याच्या मिसळीमध्ये सर्वप्रथम कांदेपोहे, त्यावर बटाट्याची सुकी भाजी, फरसाण व मटकी घातलेला तिखट रस्सा असे एक एक करून घातले जाते. त्यावर बारीक चिरलेला कांदा, टोमॅटो, कोथिंबीर व शेव घातली जाते. क्वचित वरून ओले खोबरे देखील घातले जाते.

कोल्हापुरी मिसळीमध्ये बशीत सर्वप्रथम कांदा व बटाटा घालून केलेली मटकीची उसळ घातली जाते. या उसळीला अंगाबरोबर रस असतो. त्यानंतर थोडे फरसाण व तिखट रस्सा घातला जातो. शेवटी बारीक चिरलेला कांदा, जाड शेव व कोथिंबीर घालून लिंबू पिळून सर्व्ह केली जाते. या मिसळीतला रस्सा तिखटजाळ असतो तर उसळ मसालेदार असते. कोल्हापुरी मिसळ ही चमचमीत आणि तिखट म्हणूनच प्रसिद्ध आहे.

साबुदाण्याची लापशी व तांदळाची खीर

साबुदाण्याची लापशी व तांदळाची खीर हे मराठी पदार्थ हेल्दी करण्यासाठी त्यातील साखरेचे प्रमाण कमी करून त्याऐवजी थोडा मध वापरता येईल. त्यामध्ये खजूर व काजू, बदाम, पिस्ते असा सुकामेवा घातल्यास त्यांना खजुराचा गोडवा मिळेल व सुक्या मेव्यामुळे या खिरी पौष्टिक होतील. तांदळाच्या खिरीत फळांचे लहान लहान तुकडे घातले तर ती चविष्ट लागेल. खिरीमध्ये आंबा किंवा स्ट्रॉबेरीचा पल्प घातला तर खिरीला सुरेख स्वाद व रंग मिळेल.

फणसाची भाजी

▪ साहित्य

३ वाट्या उकडलेला फणस,
अर्धी वाटी उकडलेले ओले हरभरे,
मूठभर शेंगदाणे व डाळं,
मूठभर काजू,
४ सुक्या लाल मिरच्या,
२ लहान चमचे धनेपूड,
१ लहान चमचा जिरेपूड,
४/५ पाने कढीलिंब,
वाटीभर खोबरे व कोथिंबीर,
मीठ, गूळ चवीप्रमाणे

१३८ किलो कॅलरी

▪ कृती

भरपूर तेलाची खमंग फोडणी करून त्यात लाल मिरची, कढीलिंब, काजू, दाणे व डाळं परतून घ्यावे. काजू व दाणे लालसर झाले की त्यात उकडलेला फणस, हरभरे, धने-जिऱ्याची पूड आणि मीठ साखर घालावे. झाकण घालून भाजीला चांगली वाफ द्यावी. खोबरे, कोथिंबीर घालून एकसारखे करावे. मस्त चवीची फणसाची भाजी तयार!

(या भाजीतील तेल कमी केले व शेंगदाणे, काजू आणि खोबरे घातले नाही तर ती पौष्टिक होऊ शकेल.)

भाजणीचे थालीपीठ

थालीपिठाच्या भाजणीत सर्व धान्ये असल्यामुळे ते अतिशय पौष्टिक होते. त्यामध्ये जर शिजवलेली डाळ किंवा कांद्याच्या जोडीने इतर भाज्या घातल्या तर थालीपीठ सर्व अन्नघटकांनी परिपूर्ण असा पदार्थ होऊ शकतो. बरेच वेळा आपण उरलेल्या भाजीमध्ये किंवा आमटीमध्ये भाजणी घालून त्याचे थालीपीठ बनवतो. थालीपीठ अधिक पौष्टिक करण्याचाच हा एक प्रकार आहे.

मटार उसळ किंवा बटाट्याच्या भाजीचे मोदक

उकडीच्या मोदकात खोबऱ्याच्या गोड सारणाऐवजी मटार उसळ किंवा बटाट्याची मसालेदार भाजी भरून मोदक करता येतील. ज्यांना गोड खायचे नाही त्यांना हा पदार्थ आवडेल.

मसाले भात

मसाले भात, वांगी भात, तोंडली भात हे अस्सल मराठी पद्धतीचे भात आहेत त्यामुळे त्यात ओघाने गोडा किंवा काळा मसाला, गूळ आणि ओले खोबरे आलेच. भाताचे हेच प्रकार जरा पौष्टिक करण्यासाठी आपल्याला त्यात आणखी काही वेगळ्या भाज्या व डाळी घालता येतील.

कोकणात केला जाणारा दोडका आणि वाल घातलेला मसाले भात अतिशय छान लागतो. त्यामध्ये गोड्या मसाल्या ऐवजी मालवणी मसाला व भात शिजताना नारळाचे दूध घालतात. याच धर्तीवर मटार व चिरलेली मेथी तसेच सोलाणे व पालक हे कॉंबिनेशन पण चांगले लागेल. भिजवलेली हरभऱ्याची डाळ किंवा मोडाची कडधान्ये घालून मसाले भात अधिक पौष्टिक बनवता येईल.

वाल व दोडक्याचा मसालेभात

- **साहित्य**

२ वाट्या तांदूळ,
१ वाटी दोडक्याचे तुकडे,
१ वाटी मोड आलेले वाल,
१ कांदा, १ वाटी नारळाचे दूध,
१ मोठा चमचा मालवणी मसाला,
२ आमसूले,
फोडणीसाठी २ चमचे तेल,
हिंग, हळद, मोहरी, २ लाल मिरच्या,
मीठ व गूळ चवीसाठी,
वरून घालायला ओले खोबरे व कोथिंबीर.

- **कृती**

तांदूळ धुवून ठेवावेत. जाड बुडाच्या भांड्यात तेल तापवून फोडणी करावी. त्यात कांदा, वाल व दोडका घालून परतावे. तांदूळ घालून आणखी थोडे परतावे. त्यात नारळाचे दूध, आमसुले, मीठ, गूळ व मालवणी मसाला घालावा. दोन वाट्या पाणी घालून मंद आचेवर झाकण लावून भात शिजू द्यावा. वाढताना वरून खोबरे व कोथिंबीर घालावी.

१४३० किलो कॅलरी

भरल्या वांग्याचा भात

▪ साहित्य

२ वाट्या तांदूळ, ५ ते ६ लहान वांगी,
अर्धी वाटी मटार,
१ कांदा उभा चिरून,
थोडी कढीलिंबाची पाने,
२ चहाचे चमचे गोडा मसाला,
लिंबाचा रस,
फोडणीसाठी २ चमचे तेल,
हिंग, हळद व मोहरी,
मीठ व गूळ चवीसाठी,
वरून घालायला ओले खोबरे व कोथिंबीर.
वाटणासाठी १ मोठा चमचा प्रत्येकी ओले खोबरे व कोथिंबीर,
१ हिरवी मिरची,
१ चमचा गोडा मसाला,
गूळ व मीठ चवीसाठी

▪ कृती

तांदूळ धुवून ठेवावे. वांग्यांचे देठ काढून त्याला उभ्या चिरा पाडाव्या व त्यात वाटण भरावे. प्रेशर कुकरमध्ये तेल तापवून फोडणी करावी. त्यात लाल मिरची व कांदा परतावा. त्यात तांदूळ व मटार टाकून परतावे. गोडा मसाला, मीठ व गूळ मिसळावे. भरलेली वांगी घालून एकत्र करावे व तीन ते चार वाट्या पाणी घालून कुकरच्या दोन शिट्ट्या कराव्यात. भात शिजल्यावर लिंबाचा रस घालून भांड्यात काढावा व वरून खोबरे कोथिंबीर घालावी. खाताना वरून साजूक तूप घालावे.

१०८२ किलो कॅलरी

दुग्धजन्य पदार्थ

दूध हा जगभरातील सर्व वयाच्या लोकांच्या रोजच्या आहारातला एक महत्त्वपूर्ण घटक आहे. मूल जन्मल्यापासून त्याचे संगोपन आईच्या दुधावरच होते. त्यानंतरही काही महिने त्याचे मुख्य अन्न दूधच असते. मुलांच्या दिवसाची सुरुवात ग्लासभर दूध पिऊन तर आपल्या दिवसाची सुरुवात दूध घातलेला चहा किंवा कॉफी पिऊन होते.

दूध प्रथिने, अ, ब, ड ही जीवनसत्त्वे तसेच अनेक खनिजांनी परिपूर्ण असल्यामुळे त्याच्या सेवनाचे शरीराला अनेक फायदे मिळतात. त्यात भरपूर कॅल्शियम असल्याने मुलांना हाडांच्या वाढीसाठी व मजबुतीसाठी त्याचा उपयोग होतो. मोठ्या माणसांनी ऑस्टिओपोरॅसीस टाळण्यासाठी दूध पिणे योग्य ठरते. दुधाचा दातांच्या व डोळ्याच्या आरोग्यासाठी व स्नायूंच्या बळकटीसाठी उपयोग होतो.

दुधावर निरनिराळ्या प्रक्रिया करून त्यापासून दही, लोणी, ताक, पनीर, चक्का, खवा, तूप, चीज, क्रीम असे अनेक पदार्थ केले जातात. या सर्व पदार्थांना दुग्धजन्य पदार्थ म्हटले जाते. त्यातील पोषणमूल्ये लक्षात घेऊन आपल्या दिवसभराच्या खाण्यात त्यांचा या ना त्या प्रकारे समावेश केला जातो.

नाश्त्याच्या वेळी दूध प्यायले जाते व ब्रेडला लोणी आणि चीज लावले जाते, जेवताना पोळीवर आणि वरणभातावर तूप घेतले जाते, पांढरा भात दही, दूध किंवा ताकाबरोबर खाल्ला जातो, दही घालून कोशिंबिरी केल्या जातात तर ताक, पनीर, यांपासून बनवलेली तोंडीलावणी असतात. ताकाला तर अमृतपेय म्हटले जाते त्यामुळे जेवणात वाटीभर ताक प्यायले जाते. चक्का, खव्यापासून गोड पदार्थ बनवले जातात. दुधात फळे घालून मिल्कशेक केला जातो, दह्यापासून लस्सी करतात तर रात्री झोपताना हळद घातलेले गरम दूध पितात.

दुधाचे पदार्थ-

१. *दूध तापवले असता त्यावर साय येते.*

२. *दुधाचे दही लावले जाते.*

३. *दही फडक्यात बांधून त्यातला पाण्याचा अंश काढून टाकला की चक्का बनतो.*

४. *सायीला दह्याचे विरजण लावून ती घुसळली की त्यावर लोणी येते. लोण्याखाली राहते ते ताक.*

५. *लोणी कढवून तूप बनवले जाते.*

६. *दूध आटवून खवा बनवला जातो.*

७. *दूध फाडून त्यापासून पनीर बनवले जाते.*

८. *दुधावर अनेक प्रक्रिया करून चीज बनवले जाते.*

९. *दुधापासून दुधाची भुकटी- मिल्कपावडर बनवली जाते.*

पाककृतीमध्ये दुधाचा वापर-

१. *रश्श्याला दाटपणा, रिचनेस येण्यासाठी त्यात क्रीम व दूध वापरतात.*

२. *चक्का म्हटले की आठवते ते श्रीखंड; पण तोच चक्का वापरून वेगवेगळ्या प्रकारची डिप्स करता येतात.*

३. *चक्क्याप्रमाणेच खवा म्हटले की आठवतात गुलाबजाम व वेगवेगळ्या प्रकारच्या मिठाया. हाच खवा तिखटाचे पदार्थ करतानाही वापरला जातो.*

४. *ताकाची वेगवेगळ्या प्रकाराने कढी बनवता येते.*

५. *दह्याचा मुख्यत: रायते करण्यासाठी उपयोग केला जातो.*

६. *सूपमध्ये वरून दूध किंवा क्रीम घातले जाते.*

मसाला दही

■ **साहित्य**

२ वाट्या दही, चिमूटभर जिरे पूड, चिमूटभर मोहरीची पूड,
१ चमचा बारीक चिरलेली कोथिंबीर, पुदिन्याची ४/५ पाने, चवीला मीठ.

१२० किलो कॅलरी

■ **कृती**

दही फेटून त्यात जिरेपूड, मोहरीपूड, मीठ व कोथिंबीर घालून सारखे करावे, त्यात पुदिन्याची पाने हाताने तोडून घालावीत. (हे मसाला दही एक तोंडीलावणे म्हणून नुसते खावे किंवा

त्यात कांदा, काकडी, टोमॅटो अशा भाज्या घालून त्याचे रायते करावे. दह्यात दाण्याचे कूट किंवा कोरड्या चटण्या कालवून चटणी बनवता येईल.)

दही पोहे

- **साहित्य**

१ वाटी जाड पोहे,
१ वाटी दही,
दूध जरूरीप्रमाणे,
मीठ व साखर चवीसाठी,
८ ते १० भाजून सोललेले शेंगदाणे,
१ चमचा बारीक चिरलेली कोथिंबीर,
फोडणीसाठी लहान चमचा तूप,
चिमूटभर जिरे, १ हिरवी मिरची,
१" आल्याचा तुकडा.

३३० किलो कॅलरी

- **कृती**

पोहे १० ते १५ मिनिटे धुवून ठेवावेत. मिरची व आले ठेचून घ्यावे. कढल्यामध्ये तूप व जिऱ्याची फोडणी करावी, त्यात आले, मिरची व शेंगदाणे घालून जरा परतावे व गॅस बंद करून फोडणी गार होऊ द्यावी. दही फेटून त्यात मीठ, साखर, फोडणी व कोथिंबीर घालावी. त्यात भिजलेले पोहे घालून हलक्या हाताने कालवावे. लागेल त्याप्रमाणे दूध घालावे.

(दहीपोह्यात डाळींबाचे दाणे किंवा किंचित वाफवून किसलेले गाजर घालता येईल. त्यामुळे ते आकर्षक तर दिसतीलच पण अधिक पौष्टिकदेखील होतील.)

शाही पनीर

- **साहित्य**

पाव किलो पनीर,
१ उकडलेला बटाटा,
३ टोमॅटो,
१/२ वाटी किसलेला खवा,
१/२ वाटी दूध,
१ चमचा क्रीम,
१ चमचा आले पेस्ट,

- **कृती**

टोमॅटो उकळत्या पाण्यात बुडवून ठेवावेत. गार झाल्यावर त्याची साले काढून मिक्सरवर बारीक करून घ्यावा. त्यात आले पेस्ट, लाल तिखट, मीठ साखर, जिरेपूड, धनेपूड व गरम मसाला घालून परत एकदा फिरवावे. वाटलेले मिश्रण नॉनस्टिक

१ चमचा लाल तिखट,
अर्धा चमचा जिरेपूड,
चिमूटभर हळद,
१ चमचा गरम मसाला,
१ चमचा धने पूड,
चवीला मीठ व साखर,
थोडी चिरलेली कोथिंबीर.

१०११ किलो कॅलरी

भांड्यात घालून गॅसवर ठेवावे. टोमॅटो शिजून मसाला घट्टसर झाला की त्यात किसलेला खवा व कुस्करलेला बटाटा घालावा. बटाटा व खवा विरघळून दाट ग्रेव्ही तयार होईल. त्या ग्रेव्हीमध्ये पनीरचे तुकडे घालून परतावे. लागेल त्याप्रमाणे दूध घालून शिजवावे. वाढताना क्रीम व कोथिंबीर घालावी.

(या पनीरमध्ये तूप अजिबात वापरले नाही. तसेच खव्याचे प्रमाण कमी करून त्या ऐवजी उकडलेला बटाटा वापरून ग्रेव्हीला दाटपणा दिला आहे. साध्या दुधाऐवजी स्कीम्ड मिल्क वापरले व वरून क्रीम घातले नाही तर भाजीची चव न बदलतादेखील त्यातल्या कॅलरीज खूप कमी होतील.)

दुधातले भाज्यांचे स्ट्यू

- **साहित्य**

२ वाट्या दूध,
१ चमचा कॉर्नफ्लॉवर,
दालचिनीचा तुकडा,
४ लवंगा,
२ वाट्या मिक्स भाज्या- बटाटा, कॉलीफ्लॉवर, मटार, कांदा व गाजर,
१/२ चमचा लोणी,
मीठ व साखर चवीला,
कोथिंबीर.

२५२ किलो कॅलरी

- **कृती**

कांदा बारीक चिरावा. गाजर, बटाटा व कॉलीफ्लॉवरचे तुकडे करावे. पॅनमध्ये लोणी गरम करून त्यात लवंग, दालचिनी, कांदा परतून घ्यावा. त्यात भाज्या घालून परताव्या व पाणी घालून भाज्या शिजवाव्या. दुधात कॉर्नफ्लॉवर कालवून घ्यावे व शिजलेल्या भाज्यांवर घालावे. मीठ व साखर घालून गरम करावे. स्ट्यू पळीवाढी असतो, त्यामुळे फार घट्ट वाटल्यास जरूरीप्रमाणे दूध घालावे. वरून कोथिंबीर घालावी.

मेथीची कढी

■ **साहित्य**

१ वाटी दही, पाव वाटी बेसन,
अर्धी वाटी बारीक चिरलेली मेथी,
फोडणीसाठी १ चमचा तेल,
मेथी दाणे, २ सुक्या मिरच्या,
हिंग, हळद व मोहरी,
चवीला मीठ व साखर.

२३५ किलो कॅलरी

■ **कृती**

दही व बेसन पाण्यात घालून कालवून घ्यावे. नॉनस्टिक भांड्यात तेल तापवून त्यात मेथी दाणे, सुक्या मिरच्या, हिंग, हळद व मोहरीची फोडणी करावी. त्यावर मेथी घालून परतावे. झाकण लावून वाफ द्यावी. मेथी शिजल्यावर त्यात दही व बेसनाचे मिश्रण घालावे. मीठ साखर घालून कढीला उकळी आणावी.

राजस्थानी दहीवाले आलू

■ **साहित्य**

१ वाटी दही,
२ मोठे चमचे बेसन,
३ बटाटे, १ कांदा,
इंचभर आले, ४ ते ५ लसूण पाकळ्या,
१ चमचा धने पूड,
अर्धा चमचा जिरेपूड,
१ चमचा गरम मसाला,
३ हिरव्या मिरच्या, कोथिंबीर,
फोडणीसाठी १ चमचा तेल,
मोहरी, हिंग व हळद,
चवीसाठी मीठ.

३७५ किलो कॅलरी

■ **कृती**

दह्यामध्ये बेसन व थोडे पाणी घालावे. बटाटे उकडून घ्यावे. गार झाल्यावर सोलून हाताने मोडून घ्यावे. कांदा, आले व लसूण मीठ घालून बारीक वाटून घ्यावे. दही फेटून त्यात बेसन व पाणी घालून कालवावे. कढईमध्ये फोडणी करून त्यात वाटण परतावे. तांबूस रंग आला की त्यात धनेपूड, जिरेपूड व गरम मसाला घालावा.त्यात बटाट्याचे तुकडे व मिरच्या घालून परतावे. उकळी द्यावी. वरून कोथिंबीर घालावी.

देशी भाज्या

हेल्दी शाकाहारी जेवणामध्ये दोन प्रकारच्या भाज्या, उसळ, कोशिंबीर, डाळ, चटणी, भात व पोळी असे पदार्थ असतात. त्यामध्ये भाज्या हा एक महत्त्वाचा घटक आहे. आपल्याकडे भाज्यांचे असंख्य प्रकार मिळतात व तीच भाजी प्रत्येक प्रांतात वेगवेगळ्या प्रकाराने बनवली जाते.

भाज्यांमधून शरीराला आवश्यक अशी खनिजे, जीवनसत्त्वे व तंतूमय पदार्थ मिळतात. त्यात असलेल्या तंतूमय पदार्थांमुळे पोट भरते व रक्तातील साखरेचे प्रमाण संतुलित राहते. अनेक भाज्यांमध्ये चोथा जास्त असतो व ऊष्मांक, स्निग्धता आणि कोलेस्टेरॉल अतिशय कमी प्रमाणात असते.

आपल्याकडे नेहमी मिळणाऱ्या भाज्यांचे प्रकार

१. पालेभाज्या - मेथी, पालक, राजगिरा, लाल माठ, पोकळा, शेपू, अळू, इ.
२. फळभाज्या - टोमॅटो, वांगी, सिमला मिरची, भेंडी, इ.
३. कंदभाज्या - कांदा, बटाटा, रताळं, गाजर, बीट, मुळा, सुरण, आरवी, इ.
४. शेंगभाज्या - मटार, गवार, श्रावण घेवडा, डबल बी, इ.
५. वेलभाज्या - कारली, पडवळ, दुधीभोपळा, लाल भोपळा, काकडी, दोडका, घोसाळं, पापडी, इ.
६. गड्डा भाजी - कोबी, कॉलीफ्लॉवर, नवलकोल, इ.

या भाज्या वापरून रोजचा स्वयंपाक करताना त्यातील ऊष्मांक कसे कमी होतील व त्यातील नैसर्गिक घटक म्हणजे चव, स्वाद आणि रंग नष्ट न होता त्यांचा आरोग्यासाठी उपयोग कसा होईल ते बघावे. त्यासाठी...

- भाजी व कोशिंबिरीवर तडका देणे टाळावे.
- भाज्या जास्त शिजवू नयेत त्यामुळे त्यातील पोषणमूल्ये कमी होतात.

- भाज्या आधी धुवाव्यात व कोरड्या करून चिराव्यात.
- तेलाला पर्याय म्हणून घरचे पांढरे लोणी वापरावे.
- तेलात परतून केलेल्या भाज्यांपेक्षा कमी तेलाची फोडणी दिलेल्या भाज्या आरोग्यकारक ठरतात.

पालक पास्ता (पालेभाजी)

- **साहित्य**

१ जुडी पालक,
४ लसूण पाकळ्या, २" आले,
१ कांदा, १ टोमॅटो,
२ वाट्या उकडलेला पास्ता,
जरूरीप्रमाणे दूध,
१/२ चमचा ओरेगानो,
१ चमचा लोणी,
१ चमचा किसलेले चीज,
मीठ व मिरपूड चवीप्रमाणे,
चिमूटभर साखर,

६२४ किलो कॅलरी

- **कृती**

पालक उकळत्या पाण्यात टाकून झाकून ठेवावा. थोड्या वेळाने बर्फाच्या पाण्यात घालावा. यामुळे पालकचा रंग बदलणार नाही. नॉनस्टिक भांड्यात अर्धा चमचा लोण्यावर आले, लसूण, कांदा परतून घ्यावा. त्यात टोमॅटोच्या फोडी व पालक घालून परतावे. थोडे पाणी घालून शिजू द्यावे. गार झाल्यावर मिक्सरवर बारीक वाटावे व गाळण्यावर गाळून घ्यावे. उरलेले लोणी गरम करून त्यात शिजवलेला पास्ता व ओरेगानो परतावे. त्यावर पालकचे मिश्रण घालावे. मीठ, साखर, मिरपूड व थोडे दूध घालावे. सिलिकॉन मोल्डमध्ये घालून वरून किसलेले चीज घालावे व मायक्रोवेव्हमध्ये चीज वितळेपर्यंत ५ ते ६ मिनिटे बेक करावे.

(मायक्रोवेव्ह ओव्हन नसेल, तर हा पदार्थ सिलिकॉन मोल्डमध्ये घालून बेक करण्याऐवजी तसाच नॉनस्टिक भांड्यात ठेवावा व त्यात चीज घालून गरम करावा.)

भरल्या भोपळी मिरच्या (फळभाजी)

- **साहित्य**

६ लहान आकाराच्या भोपळी मिरच्या,
३ बटाटे, १ कांदा,
५ पाकळ्या लसूण,
१/२ कप उकडलेले मटार,
१ चमचा टोमॅटो सॉस,
१ चमचा लोणी,
लिंबाचा रस,
मीठ व मिरपूड चवीप्रमाणे,
कोथिंबीर.

३३५ किलो कॅलरी

- **कृती**

भोपळी मिरची वरून कापून त्याचा देठ व आतल्या बिया काढून घ्याव्या. बटाटे उकडून कुस्करून घ्यावे. पॅनमध्ये अर्धा चमचा लोणी घालून त्यावर कांदा व लसूण परतून घ्यावा. कांदा शिजल्यावर त्यात बटाटा, मटार, लिंबाचा रस, मीठ व मिरपूड घालून जरा परतावे. हे मिश्रण भोपळी मिरच्यांमध्ये भरावे. एका बेकिंग डिशला उरलेले लोणी लावून त्यात भरलेल्या मिरच्या ठेवाव्या व मायक्रोवेव्ह ओव्हनमध्ये झाकण लावून पाच मिनिटे बेक करावे. सर्व्ह करताना प्रत्येक मिरचीवर थोडा थोडा टोमॅटो सॉस घालावा.

(मायक्रोवेव्ह ओव्हन नसेल तर मिरच्या बेकिंग डिशमध्ये न ठेवता पॅनमध्येच लोणी घालून त्यात ठेवाव्या. झाकण लावून ५ मिनिटे वाफेवर शिजवाव्या. वाटल्यास मध्ये एकदा पाण्याचा हबका मारावा.)

सुरणाचे काप (कंद भाजी)

- **साहित्य**

पाव किलो सुरण,
१ चमचा लिंबाचा रस,
१ मोठा चमचा तांदळाची पिठी,
चिमूटभर हळद,
चवीला लाल तिखट व मीठ,
सर्व्ह करताना वरून घालायला बारीक चिरलेली कोथिंबीर,

- **कृती**

सुरणाचे साधारण चार इंच लांब व दोन इंच रूंद असे पातळ काप करून घ्यावे. त्या कापांना हळद, लिंबाचा रस, तिखट व मीठ लावून अर्धा तास झाकून ठेवावे. तांदळाच्या पिठीमध्ये मीठ व थोडी कोथिंबीर मिसळावी. नॉनस्टिक तव्यावर थोडे

२ चमचे तेल,
लिंबाच्या फोडी.

४४२ किलो कॅलरी

तेल घालावे. सुरणाचे काप तांदळाच्या पिठीत घोळवावे. जास्तीची पिठी काढून तव्यावरच्या तेलावर ठेवावे. मंदाग्नीवर दोन्ही बाजूंनी लालसर करावे. वाढताना वरून लिंबू पिळावे व चिरलेली कोथिंबीर घालावी.

गवार व मटार भाजी (शेंगभाजी)

▪ **साहित्य**

१/४ किलो गवारीच्या कोवळ्या शेंगा,
१ वाटी मटारचे दाणे,
१ चमचा तेल,
हिंग, हळद व मोहरी फोडणीसाठी,
२ लाल मिरच्या,
१ चमचा दही,
१ चमचा धनेपूड, १ चमचा जिरेपूड,
१ चमचा पांढरे तीळ,
१ चमचा चिरलेली कोथिंबीर,
मीठ व साखर चवीसाठी.

२५० किलो कॅलरी

▪ **कृती**

गवारीच्या शेंगा निवडून त्याचे तुकडे मोडावे. दह्यामध्ये जिरेपूड, धनेपूड, हळद, मीठ, साखर व थोडे पाणी घालून फेटावे. नॉनस्टिक कढईमध्ये तेल तापवून त्यात हिंग, हळद व मोहरीची फोडणी करावी. त्यात लाल मिरच्या व तीळ घालून परतावे. तीळ लालसर झाले की त्यात गवारीच्या शेंगा व मटार घालून परतावे. त्यात फेटलेले दही घालावे व झाकण लावून भाजी वाफेवर शिजवावी. शिजल्यावर वरून कोथिंबीर घालावी.

दुधीचा स्ट्यू (वेलभाजी)

▪ **साहित्य**

२ वाट्या दुधीचे चौकोनी तुकडे,
१ कांदा,
१ मोठा चमचा खवलेले खोबरे,
१ चमचा तांदळाची पिठी,
१ लाल मिरची, १" आले,

▪ **कृती**

कांदा, खोबरे व आले थोडे पाणी घालून मिक्सरवर बारीक वाटून घ्यावे. कढईमध्ये तेल घालून त्यावर जिरे, लवंगा व लाल मिरची यांची फोडणी करावी. त्यात वाटलेले मिश्रण घालून

१ चमचा तेल, चिमूटभर जिरे,
४ लवंगा, चवीला मीठ, कोथिंबीर.

१९० किलो कॅलरी

परतावे. मसाला चांगला परतल्यावर त्यात दुधीचे तुकडे शिजवून घ्यावे. जरूर तेवढे पाणी घालावे. थोड्या पाण्यात तांदूळ पिठी कालवून ती भाजीत घालावी व उकळी आणावी. वाढताना वरून कोथिंबीर घालावी.

(या वेगळ्या चवीच्या दुधीच्या हेल्दी रस भाजीत खोबरे कमी घालून तांदळाच्या पिठीने दाटपणा दिला आहे.)

बेक्ड कॉलीफ्लॉवर (गड्डा भाजी)

- **साहित्य**

४ मोठे टोमॅटो,
१ चमचा आले व लसणाची पेस्ट,
१ चमचा जिरेपूड,
मध्यम आकाराचा कॉलीफ्लॉवर,
अर्धा कप किसलेले चीज किंवा पनीर,
थोडे लोणी
चवीसाठी मीठ,
साखर व लाल तिखट.

३५० किलो कॅलरी

- **कृती**

कॉलीफ्लॉवरची फुले वेगळी करून मिठाच्या पाण्यात अर्धवट उकडून घ्यावी. गाळण्यात घालून पाणी निथळून टाकावे. त्याच पाण्यात टोमॅटो टाकून थोडा वेळ शिजवावे. गार झाल्यावर त्याची साले काढून कुस्करून घ्यावा. कढईमध्ये थोडे लोणी घालून त्यात आले लसूण परतावे. कुस्करलेला टोमॅटो घालून मंद आचेवर शिजवावे. नंतर लाल तिखट व मीठ घालून सारखे करावे. कोरड्या कॉलीफ्लॉवरच्या तुकड्यांना सर्व बाजूंनी हे टोमॅटोचे मिश्रण लावावे. बेकिंग डिशला लोणी लावून त्यात कॉलीफ्लॉवरचे तुकडे ठेवावेत. त्यावर किसलेले चीज किंवा पनीर घालावे व झाकण लावून मायक्रोवेव्हमध्ये किंवा इलेक्ट्रिक ओव्हनमध्ये बेक करावे.

विदेशी भाज्या

जगाच्या पाठीवर ज्या असंख्य प्रकारच्या भाज्या मिळतात त्यापैकी आपल्याकडे मिळणाऱ्या भाज्या सोडून इतर देशात ब्रोकोली, झुकिनी, रंगीत भोपळी मिरच्या, फावा बीन्स, मोलोखिया, केल, आईसबर्ग लेट्युस,एन्डाएव्ह, ब्रसेल्स स्प्राउट्स मश्रूम्स अशा कितीतरी निरनिराळ्या भाज्या मिळतात. त्यापैकी काही लोकप्रिय व आपल्याकडे क्वचित मिळणाऱ्या विदेशी भाज्या येथे देत आहे.

१. झुकिनी (Zucchini)

काहीशा मावळी काकडी सारख्या दिसणाऱ्या झुकिनीचे मूळ मध्य अमेरिका आणि मेक्सिकोतले आहे. झुकिनी ही सॅलडमध्ये कच्ची तर इतर वेळा बेक करून, उकडून, ग्रील करून अथवा तळून खाल्ली जाते. या भाजीचे विशेष म्हणजे ती केक, मफिन्स, पॅनकेक्स अशा गोड पदार्थात देखील वापरली जाते. झुकिनीच्या पिवळ्याजर्द फुलांपासून देखील निरनिराळे पदार्थ बनवले जातात. १०० ग्रॅम झुकिनीमध्ये फक्त १७ कॅलरीज असून त्यात पाण्याचा अंश खूप असतो व सॅच्युरेटेड फॅटस आणि कोलेस्टेरॉल अजिबात नसते. झुकिनीमधून शरीराला तंतूमय पदार्थ तसेच पोटॅशियम आणि भरपूर ‘अ’ जीवनसत्व मिळते.

भरलेली झुकिनी

■ साहित्य

२ झुकिनी,
१ कांदा बारीक चिरून,
४ पाकळ्या लसूण,
१/२ कप उकडलेले मटार,
१ टोमॅटो,

■ कृती

झुकिनीचे उभ्या बाजूने दोन भाग करावे व त्यातला थोडा गर काढून घ्यावा. वाफवलेले मटार जरासे ठेचून घ्यावे. कांदा, टोमॅटो व लसूण बारीक चिरून लोण्यावर परतावे. त्यात मटार व

१/२ कप किसलेले चीज,
१ टेबलस्पून लोणी,
मीठ व मिरपूड चवीप्रमाणे.

४२४ किलो कॅलरी

झुकिनीचा गर घालावा. मीठ व मिरपूड घालून मिश्रण थोडा वेळ वाफेवर शिजवावे. एका बेकिंग ट्रेमध्ये झुकिनी ठेवून त्यात तयार मिश्रण भरावे. वरून चीज घालून ओव्हनमध्ये १० मिनिटे बेक करावे.

२. **ब्रोकोली** (Broccoli)

काळपट हिरव्या रंगाची आणि काहीशी कॉलीफ्लॉवर सारखी दिसणारी ब्रोकोली ही एक इटालियन भाजी असून आज ती जगभरात लोकप्रिय झाली आहे. १०० ग्रॅम ब्रोकोलीमध्ये फक्त ३२ कॅलरीज असतात; पण ती भरपूर फायबर, व्हिटॅमिन्स व खनिजांनी परिपूर्ण अशी असते. त्यातल्या के व्हिटॅमिन आणि कॅल्शियमचा हाडे मजबूत होण्यासाठी उपयोग होतो. ब्रोकोलीमुळे शरीरातील कोलेस्टेरॉलचे प्रमाण कमी करण्यास मदत होते.

ब्रोकोली पास्ता

▪ साहित्य

१ कप उकडलेला पास्ता,
एका टोमॅटोच्या चकत्या,
ब्रोकोलीचे मध्यम आकाराचे १० तुरे,
६ पाकळ्या लसूण,
१ चमचा लोणी,
१ मोठा चमचा किसलेले चीज,
चवीसाठी मीठ व मिरपूड.

३३० किलो कॅलरी

▪ कृती

ब्रोकोलीचे मध्यम आकाराचे तुरे मिठाच्या पाण्यात टाकून ३-४ मिनिटे उकडावे. अर्धा कप दूध, १ लहान चमचा कॉर्नफ्लॉवर, अर्धा चमचा लोणी व चवीला मीठ मिरपूड हे एकत्र शिजवून त्याचा घट्टसर सॉस करावा. उरलेल्या लोण्यात बारीक चिरलेला लसूण परतावा. त्यात पास्ता आणि ब्रोकोली घालून परतावे. पास्त्यामध्ये व्हाईट सॉस मिसळावा. हे मिश्रण एका बेकिंग डिशमध्ये घालावे. वरून टोमॅटोच्या चकत्या लावून त्यावर किसलेले चीज घालावे. मायक्रोवेव्ह ओव्हनमध्ये ५ मिनिटे बेक करावे.

मायक्रोवेव्ह ओव्हन नसेल तर नॉनस्टिक भांड्यात पास्त्यावर चीज घालून गरम करावे. सर्व्ह करताना त्यावर टोमॅटोच्या चकत्या ठेवाव्या.

पांढऱ्या ग्रेव्हीतील ब्रोकोली

▪ साहित्य

२ वाट्या ब्रोकोलीचे मध्यम आकाराचे तुरे,
१ वाटी मटार,
१ वाटी खवलेला नारळ,
२ लहान चमचे डाळे,
१ वाटी दही,
१" आल्याचा तुकडा,
३ ते ४ कढीलिंबाची पाने,
२ हिरव्या मिरच्या,
१ चमचा तेल,
मोहरी, हिंग व चवीला मीठ.

४९६ किलो कॅलरी

▪ कृती

मिठाच्या पाण्यात ब्रोकोली व मटार अर्धवट शिजवून घ्यावे व गाळण्यावर टाकावे. खवलेला नारळ, डाळं, आल्याचा तुकडा हे थोडे मीठ घालून बारीक वाटावे. नॉनस्टिक कढईत तेल घालून त्यात मोहरी, हिंग, मिरची व कढीपत्ता घालावे. मोहरी तडतडल्यावर त्यात वाटलेला मसाला घालून परतावे. भाज्या शिजवलेल्या पाण्यात दही कालवून घ्यावे व ते परतलेल्या मसाल्यावर टाकावे. उकळी आली की ब्रोकोली व मटार घालून परत एक उकळी द्यावी. कोथिंबीर घालून कढईवर झाकण ठेवावे. ब्रोकोलीचे तुरे फार शिजवू नयेत.

(ब्रोकोली मिळाली नाही तर त्याऐवजी कॉलिफ्लावर वापरून हे दोन्ही पदार्थ करता येतील.)

३. ब्रसेल्स स्प्राउट्स (Brussels Sprouts)

छोट्या कोबीसारख्या दिसणाऱ्या ब्रसेल्स स्प्राउट्स या भाजीचा उगम बेल्जियम आणि नेदरलँडस मधला आहे. ब्रसेल्स स्प्राउटचे झाड साधारणपणे तीन ते चार फूट उंचीचे असून त्याच्या दांड्यावर सर्व बाजूंनी असंख्य लहान लहान गड्डे लागलेले असतात.

ब्रसेल्स स्प्राउटमध्ये भरपूर प्रमाणात सी आणि क जीवनसत्त्व असून लोह, पोटॅशियम, फॉस्फरस, मँगॅनीज अशी खनिजे देखील आहेत. ओमेगा ३ हे फॅटी

ॲसीड असलेली ही भाजी हाडांच्या मजबूतीसाठी तसेच डोळ्यांच्या आरोग्यासाठी अतिशय उपयुक्त आहे.

लोण्यातले ब्रसेल्स स्प्राउट्स

▪ साहित्य

५ ब्रसेल्स स्प्राउटस,
२ मोठे चमचे किसलेले चीज,
१ चमचा लोणी,
थोडा मध,
मीठ व मिरपूड चवीप्रमाणे.

२१० किलो कॅलरी

▪ कृती

ब्रसेल्स स्प्राउटस अर्धे कापावे व पॅनमध्ये लोणी घालून त्यावर परतावे. झाकण लावून वाफेवर शिजवावे. शिजल्यावर मीठ व मिरपूड घालून कोरडे होईपर्यंत परतावे. एका बशीत काढून वरून चीज व मध घालावा. अशा तऱ्हेने केलेले ब्रसेल्स स्प्राउटस रोस्ट मीटबरोबर खाल्ले जातात.

याच पद्धतीने लोण्यात परतलेले छोटे बटाटे, मश्रूम्स किंवा बेबी कॉर्न करता येतील.

४. **लीमा बीन्स** (Leema Beans)

दक्षिण आणि मध्य अमेरिकेत लीमा बीन्सचे अनेक प्रकार आढळतात. त्यांच्या पिष्टमय आणि लोण्यासारख्या पोतामुळे ते 'बटर बीन्स' ह्या नावानेदेखील ओळखले जातात. लीमा बीन्सच्या सेवनाने मधुमेही लोकांना शरीरातील इन्श्युलीनची पातळी कमी करण्यासाठी उपयोग होतो. त्याच्यात कोलेस्टेरॉल कमी करण्यासाठी उपयुक्त असे तंतूमय पदार्थ भरपूर प्रमाणात असतात. जीवनसत्त्व 'ब', फोलेट्स, कॉपर, मँगेनिज, पोटॅशियम अशी अनेक खनिजे आणि भरपूर प्रथिने असलेल्या लीमा बीन्सबद्दल असे म्हटले जाते की, 'तुमच्या ह्रदयाला आनंदी ठेवायचे असेल तर आपल्या आहारात लीमा बीन्सचा समावेश करा.'

लीमा बीन्स ऑन नूडल्स

- **साहित्य**

१ कप ताजे लीमा बीन्स,
१ कप टोमॅटो प्यूरी,
१ मोठा कांदा,
४ पाकळ्या लसूण,
१ कप उकडलेल्या नूडल्स,
१ चमचा किसलेले चीज,
१ चमचा लोणी,
थोडी पार्सले बारीक कापून,
मीठ व मिरपूड चवीला.

६२६ किलो कॅलरी

- **कृती**

एका पॅनमध्ये लोणी घालून त्यावर कांदा, लसूण व लीमा बीन्स परतून घ्यावे. त्यात मीठ, मिरपूड व भाज्यांचा स्टॉक घालून शिजवावे. शिजलेल्या लीमा बीन्स बाजूला काढून ठेवाव्या. त्याच पॅनमध्ये थोडे लोणी घालून उकडलेल्या नूडल्स व टोमॅटो प्यूरी घालावी. त्यात चवीला मीठ व साखर घालून चांगली उकळी द्यावी. त्यात पार्सले घालावी. तयार नूडल्स एका चपट्या बेकिंग डिशमध्ये काढाव्या. त्यावर लीमाबीन्स पसरावे. वरून चीज घालून मायक्रोवेव्हमध्ये ५ ते ७ मिनिटे बेक करावे.

(लीमा बीन्सला पर्याय म्हणून श्रावणघेवड्याचे पांढरे दाणे वापरता येतील.)

५. **मश्रूम्स** (Mushrooms)

ग्रीक आणि रोमन लोकांनी पुरातन काळापासून मश्रूमचा खाण्यासाठी उपयोग केल्याचे दाखले आढळतात. ही भाजी प्रिझर्व्ह करून थंडीच्या दिवसात वापरता येत असल्याचे लक्षात आल्यावर उत्तर युरोपियन देशात तिचा वापर वाढला. आज अनेक देशात ती वेगवेगळ्या प्रकाराने खाल्ली जाते, व त्याच्या अनेक जाती विकसित केल्या गेल्या आहेत. त्यापैकी पांढरे मश्रूम्स व बटण मश्रूम्स आपल्याकडे जास्त वापरले जातात. मश्रूम्सना एक वेगळ्याच प्रकारचा स्वाद व चव असते आणि ती सर्वांना आवडतेच असे नाही. १०० ग्रॅम मश्रूम्समध्ये फक्त २२ कॅलरीज असून ते प्रथिने व अनेक खनिजांनी परिपूर्ण असे असते.

बटण मश्रूम्स आणि बेबी कॉर्न्स

▪ साहित्य

१० ते १२ बटण मश्रूम्स,
१ भोपळी मिरची, १ कांदा,
४ ते ५ बेबी कॉर्न्स,
२ लाल मिरच्या,
१ चमचा टोमॅटो सॉस,
चवीला मीठ व थोडी साखर
१ चमचा तेल,
१ चमचा कॉर्नस्टार्च.

१३० किलो कॅलरी

▪ कृती

मश्रूम्सचा दांडा काढून घ्यावा, भोपळी मिरची व कांदा उभा चिरून घ्यावा. नॉनस्टिक कढईमध्ये तेल घालून त्यात कांदा व लाल मिरची परतून घ्यावी. त्यात मश्रूम, भोपळी मिरची व बेबी कॉर्न घालावेत. पाण्यात कॉर्नस्टार्च कालवून तो भाजीवर घालावा. टोमॅटो सॉस, मीठ व साखर घालून झाकण ठेवून भाजीला वाफ द्यावी.

हेल्दी बटाटा

बटाट्याचा उगम दक्षिण अमेरिकेतला; पण तो भारतात आणला पोर्तुगीजांनी. पोर्तुगीज भाषेत त्याला बटाटाच म्हणत असल्याने आपल्याकडेही बहुतेक तोच शब्द रूढ झाला असावा. आज बटाटा जगातील सर्व देशांत ह्या ना त्या प्रकारे वापरला जातो. दक्षिण अमेरिकेतील अनेक देशांत बटाटा हे मुख्य अन्न आहे, तर पोर्तुगाल, जर्मनी ह्या देशातील लोकांचा बटाटा खाल्याशिवाय एकही दिवस जात नाही. बटाट्याशिवाय त्यांचे कोणतेच जेवण पूर्ण होऊ शकत नाही.

बटाटा हे मुख्य अन्न होऊ शकते. कारण त्यात स्निग्धांश व कोलेस्टेरॉल अगदी नगण्य प्रमाणात असते, तर सोडियम अल्प प्रमाणात असते. बटाट्यामध्ये कर्बोदके, प्रथिने, पिष्टमय पदार्थ, पोटॅशियम, लोह, कॅल्शियम, मॅग्नेशियम, फॉस्फरस व भरपूर प्रमाणात ब आणि क जीवनसत्त्वे असतात. एका मध्यम आकाराच्या बटाट्यामध्ये फक्त १०० कॅलरीज असतात, तसेच त्यातील कर्बोदके व प्रथिने शरीरात लवकर शोषली जात असल्याने शरीराला भरपूर ऊर्जा मिळते. बटाटा योग्य पद्धतीने खाल्ला तरच त्यातील पोषणमूल्यांचा शरीराला उपयोग होतो. यावरून बटाट्यामुळे वजन वाढते हा एक गैरसमज आहे असे लक्षात येईल.

बटाट्याचे बरेच वैद्यकीय उपयोगही आहेत. त्याच्या सालात भरपूर 'क' जीवनसत्त्व असल्याने खूप लोक तो सालासकट खाणेच पसंत करतात. सकाळी उठल्यावर रिकाम्या पोटी कच्च्या बटाट्याचा रस प्यायलाने ॲसिडिटी कमी होते. हाच रस उन्हाने रापलेल्या त्वचेच्या भागावर लावल्यास अत्यंत गुणकारी आहे. डोळ्यांची जळजळ होत असेल, तर त्यांना गारवा मिळण्यासाठी बटाट्याच्या चकत्या डोळ्यावर ठेवतात. असा आहे गुणकारी आणि सर्वांचा आवडता बटाटा!

बटाटा ही सर्व वयाच्या लोकांची अगदी आवडती भाजी आहे. जगभरातील जवळपास प्रत्येक देशात त्यापासून असंख्य पदार्थ बनवले जातात. अर्थात देशानुसार त्यांची चव व नावे वेगवेगळी असतात.

डाएट करणाऱ्या लोकांनी आपल्या आहारातून बटाटा वर्ज्य करावा, बटाटा डाएटच्या पदार्थात बसत नाही असे नेहमी म्हटले जाते. मुले बटाटा सोडून इतर कोणत्याच भाज्या खात नाहीत, ही सुद्धा नेहमीचीच तक्रार आहे, पण बटाटा खाण्यात काहीच चूक नाही, फक्त तो हेल्दी पद्धतीने करून त्यातील पोषणमूल्ये टिकवून ठेवली पाहिजेत. बटाट्यापासून वेफर्स, फिंगर चिप्स, आलूटिक्की असे जे चविष्ट पदार्थ बनवले जातात ते करण्याच्या पद्धतीमुळे त्यातील पोषणमूल्ये नष्ट होतात. तसेच तळल्यामुळे त्या पदार्थांतील ऊष्मांक देखील वाढतात.

बटाटा व चीज हे कॉंबिनेशन अतिशय हेल्दी व चविष्ट असते. बटाट्याचे सूप, बटाट्याचे सँडविच स्प्रेड, मॅश्ड पोटॅटो, जॅकेट पोटॅटोज ही त्याची काही उदाहरणे. ह्या पदार्थांतून बटाट्यातील बहुतेक सर्व पोषणमूल्ये शरीराला मिळू शकतात.

चटपटीत बटाटे

- **साहित्य**

१२/१५ लहान बटाटे,
१ चमचा दही, १/२ चमचा तीळ,
१/२ चमचा जिरे पूड,
१ चमचा चिरलेली कोथिंबीर,
फोडणीसाठी १/२ चमचा तेल,
हिंग व हळद, चिमूटभर चिली फ्लेक्स,
चवीला मीठ.

३०० किलो कॅलरी

- **कृती**

बटाटे उकडून सोलून घ्यावे. दह्यात मीठ, चिलीफ्लेक्स व जिरेपूड कालवून ते दही बटाट्यांना लावून ठेवावे. एका नॉनस्टिक कढईमध्ये तेल गरम करून घ्यावे. त्यात हिंग, हळद व तीळ टाकावे. तीळ फुटायला लागले की बटाटे घालून परतावे. कढईवर झाकण ठेउन वाफ आणावी. गॅस बंद करून कोथिंबीर घालावी.

डॅनिश पोटॅटोज

- **साहित्य**

२ मोठे बटाटे,
१ पांढरा कांदा,
थोडी डिलची पाने,
१ कप दूध,

- **कृती**

बटाट्याचे साल काढून त्याच्या चकत्या करून घ्याव्या. कांदा बारीक चिरून थोड्या लोण्यात परतून घ्यावा. दुधात कणिक व मीठ साखर घालून गॅसवर

अर्धा चमचा कणिक,
चवीला मीठ व साखर,
१ चमचा लोणी,
१ चमचा किसलेले चीज.

३३० किलो कॅलरी

ठेवावे व चमच्याने हलवून सरसरीत होईपर्यंत शिजवावे. त्यात परतलेला कांदा घालावा. बेकिंग डिशला थोडे लोणी लावावे. बटाट्याच्या चकत्या तयार सॉसमध्ये बुडवून बेकिंग डिशमध्ये मांडाव्या. उरलेल्या सॉसमध्ये डिल मिसळावे व तो सॉस बटाट्याच्या चकत्यांवर घालावा. किसलेले चीज घालून ओव्हनमध्ये १० मिनिटे बेक करावे.

बटाट्याचे अरेबिक सॅलड

■ **साहित्य**

२ बटाटे, चिमूटभर चिली फ्लेक्स,
५ काळे ऑलिव्हज,
१ पांढरा कांदा, थोडी बेसीलची पाने,
लिंबाचा रस,
१ मोठा चमचा ताहिनी- तिळाची पेस्ट,
मीठ, १ चमचा ऑलिव्ह ऑईल.

२४० किलो कॅलरी

■ **कृती**

बटाटे उकडून घ्यावे. गार झाल्यावर साल काढून चौकोनी तुकडे करावे. ऑलिव्हजमधली बी काढून अर्धे कापावे. कांदा व बेसील बारीक चिरून घ्यावे. ताहिनीमध्ये लिंबाचा रस व मीठ घालावे. बटाट्याच्या फोडी, कांदा, ऑलिव्हज आणि बेसील व ताहिनीचे मिश्रण एकत्र करावे. वरून ऑलिव्ह ऑईल घालावे.

(हे सॅलड मीटचे कबाब किंवा ग्रील्ड मीटबरोबर खाल्ले जाते. शाकाहारी डाएटमध्ये भाज्यांच्या कटलेट किंवा भाज्यांच्या कबाब बरोबर हे वेगळ्या चवीचे अरेबिक सॅलड खाता येईल.)

बेक्ड बीन्स अँड पोटॅटो केक

■ **साहित्य**

२ मोठे बटाटे,
१ मल्टीग्रेन ब्रेड स्लाईस,

■ **कृती**

बटाटा उकडून कुस्करून घ्यावा. ब्रेडच्या कडा काढून तो पाण्यात भिजवावा.

चवीला मीठ व मिरपूड,
१ चमचा लोणी,
२ चीजचे स्लाईस,
४ मोठे चमचे बेक्ड बीन्स

५२६ किलो कॅलरी

बटाटा, ब्रेड, मिरपूड, मीठ व पार्सले एकत्र करून चांगले मळावे. त्याचे गोळे करून त्याला साच्याच्या साहाय्याने चौकोनी आकार द्यावा. पॅनमध्ये लोणी घालून त्यावर बटाट्याचे केक दोन्ही बाजूंनी परतून घ्यावे. काचेच्या बशीला पॅनमध्ये राहिलेले लोणी लावून त्यावर केक ठेवावेत. त्यावर निम्मे बेक्ड बीन्स घालावे. चीज स्लाईसच्या लांब पट्ट्या कापून त्या बेक्ड बीन्सवर चटईच्या विणीसारख्या उभ्या-आडव्या ठेवाव्या. मायक्रोवेव्हमध्ये ५ मिनिटे बेक करावे.

(या टेस्टी पदार्थात बटाट्यातील पोषणमूल्ये टिकून राहतात. तसेच मल्टीग्रेन ब्रेड, बीन्स व चीज ह्यातून प्रथिने मिळतात. करायला अतिशय सोपा व पोटभरीचा पदार्थ सर्वांनाच आवडेल असा आहे.)

बेक्ड पोटॅटो वेजेस

- **साहित्य**

४ बटाटे, चिली फ्लेक्स,
चवीला मीठ, १ वाटी किसलेले चीज,
१ चमचा ऑलिव्ह ऑईल.

३५५ किलो कॅलरी

- **कृती**

बटाटे स्वच्छ धुवून मीठ घालून अर्धवट उकडावे. गार झाल्यावर सालासकट उभ्या फोडी कराव्या. ऑलिव्ह ऑईलमध्ये मीठ, चिलीफ्लेक्स कालवून बटाट्याच्या फोडींना चोळावे. त्यावर किसलेले चीज घालावे. बटाट्याच्या फोडींना चीज नीट लागले पाहिजे. तयार बटाटे एका काचेच्या भांड्यात घालून मायक्रोवेव्ह ओव्हनमध्ये ५ मिनिटे बेक करावे.

हेल्दी कोशिंबिरी

कोबीची कोशिंबीर

- **साहित्य**

२ वाट्या किसलेला कोबी,
पाव वाटी मसूरडाळ,
१ हिरवी मिरची,
२ चमचे बारीक चिरलेली कोथिंबीर,
२ वाट्या लो फॅट दही,
मीठ व साखर चवीसाठी.

२२० किलो कॅलरी

- **कृती**

मसूर डाळ २ तास भिजत घालावी. हिरवी मिरची गॅसवर भाजून घ्यावी. काचेच्या बाऊलमध्ये मीठ व साखर घालून दही फेटून घ्यावे. त्यात किसलेला कोबी, भिजलेली मसूर डाळ, मिरची व कोथिंबीर घालून ढवळावे. पांढऱ्या, हिरव्या व केशरी रंगाची ही कोशिंबीर हेल्दी व चवदार असून दिसतेदेखील खूप छान!

(भाजलेल्या मिरचीमुळे ह्या तिरंगी कोशिंबिरीला छान स्वाद येतो.)

मेथी रायता

- **साहित्य**

१ वाटी बारीक चिरलेली मेथी,
१ मोठा चमचा मेथी दाणे,
१ वाटी दही, अर्धा चमचा तेल,
हिंग व मोहरी,
मीठ व साखर चवीसाठी

- **कृती**

मेथी दाणे दिवसभर भिजत घालून रात्री फडक्यात बांधून ठेवावे. दुसऱ्या दिवशी त्याला मोड येतील. कढईमध्ये तेल घालून हिंग व मोहरीची फोडणी करावी. त्यात मोडाची मेथी व

चिरलेली मेथी घालून परतावे. पाणी मारून झाकण लावावे व वाफेवर शिजवावे. शिजल्यावर मीठ व साखर घालून हलवावे. गार झाल्यानंतर त्यात दही फेटून घालावे.

१०० किलो कॅलरी

मूग व बुंदी रायता

- **साहित्य**

अर्धी वाटी मोडाचे हिरवे मूग,
अर्धी वाटी खारी बुंदी,
१ वाटी दही, मीठ, साखर
कोथिंबीर

- **कृती**

बुंदी थोडा वेळ पाण्यात भिजवून ठेवावी व नंतर गाळण्यावर टाकावी. दही फेटून त्यात मीठ साखर व कोथिंबीर घालावी. तयार दह्यात मोडाचे मूग व बुंदी घालून कालवावे.

२५० किलो कॅलरी

(बुंदी रायता सर्वांचाच आवडता पदार्थ आहे; पण त्यातील बुंदी तळलेली असल्यामुळे तो फारसा आरोग्यदायक होत नाही. बुंदी पाण्यात भिजवल्यामुळे त्यातला तेलाचा अंश निघून जाईल, तसेच बुंदीच्या जोडीने मोडाचे मूग घातले तर रायता पौष्टिक होईल.)

दह्यातला पालक

- **साहित्य**

१ वाटी बारीक चिरलेला पालक,
१ वाटी मसाला दही

- **कृती**

पालक वाफवून घ्यावा. गार झाल्यावर हाताने कुस्करून मसाला दह्यात कालवावा.

७० किलो कॅलरी

निरनिराळ्या डाळींपासून हेल्दी पाककृती

भारतातील सर्व प्रांतातील लोकांच्या रोजच्या आहारातला डाळ हा एक अविभाज्य भाग असून प्रत्येक ठिकाणी ती वेगवेगळ्या पद्धतीने बनवली जाते. आपल्या जेवणात नेहमी तूरडाळ व कधीतरी मूग, मसूर व हरभरा डाळ वापरली जाते. इडली डोशात आपण उडीद डाळ घालतो. बाजारात मटकीची, वाटाण्याची, वालाची, सोयाबीनची अशा अनेक एकधान्य डाळी मिळतात त्या आपण फारशा वापरत नाही. त्यांचा आपल्या आहारात समावेश करून घ्यायला पाहिजे. प्रत्येक प्रकारच्या डाळीचे फायदे व त्यातील पोषणमूल्ये वेगवेगळी असतात त्यामुळे रोजच्या स्वयंपाकात एकच डाळ न वापरता आलटून पालटून निरनिराळ्या डाळी वापराव्या. किंवा त्या एकत्र करून वेगळ्या चवीचे तोंडीलावणे बनवावे. डाळींचे वेगवेगळे असे हेल्दी प्रकार केले तर ती खाण्यात मजा येईलच पण त्यातील पोषणमूल्यांचा शरीराला फायदा मिळेल.

दाल फ्राय किंवा दाल तडका हा सर्वांचा आवडता पदार्थ. त्याला चव आणि स्वाद मिळतो तो भरपूर तेल किंवा तूप वापरून त्याच्यावर घातलेल्या खमंग तडक्यामुळे. हीच दाल फ्राय अगदी कमी तेल तूप वापरून तितकीच स्वादिष्ट करता येईल.

वेगवेगळ्या डाळीचे लाडू, हलवा असे गोड पदार्थ केले जातात; पण त्यातील तेल, तूप व साखरेमुळे ते हेल्दी होत नाहीत. हीच गोष्ट भजी, पकोडे, मिश्र डाळींचे वडे अशा चटपटीत पदार्थांची. हे पदार्थ तळल्यामुळे डाळींमधली पोषणमूल्ये कमी होतात व त्या पदार्थातील कॅलरीज वाढतात.

- मूगडाळ ही इतर डाळींपेक्षा पचायला हलकी असते. त्यात अगदी कमी कॅलरीज असून ती लोह आणि पोटॅशियम या खनिजांनी परीपूर्ण असते.
- चणा डाळीत भरपूर डाएटरी प्रथिने असून त्यात कॉपर मॅग्नेनिज अशी खनिजे असतात. मधुमेही लोकांच्या आरोग्यासाठी ही डाळ फार चांगली.

- मसूर डाळीचा शरीरातील रक्तप्रवाह सुधारण्यासाठी उपयोग होतो.
- काळी डाळ ही लोह आणि फॉलिक ॲसिडने परिपूर्ण असल्यामुळे ती शरीरातील हिमोग्लोबिन वाढवण्यासाठी उपयोगी ठरते.
- उडीद डाळ पचायला जरा जड; पण भरपूर प्रथिने आणि ब जीवनसत्त्वांनी परिपूर्ण अशी असते.
- तूरडाळ ही सर्वात जास्त वापरली जाणारी डाळ असून त्यात शरीराला उपयुक्त अशी अनेक पोषणमूल्ये, फॉलिक ॲसिड, प्रथिने आणि फायबर असते.
- या सर्व डाळी सालासकट वापरल्या तर त्या जास्ती हेल्दी होतील.
- कोणतीही डाळ शिजवण्याआधी जर थोडा वेळ भिजवून ठेवली तर ती लवकर शिजते. मात्र शिजवताना डाळ भिजत घातलेले पाणीच वापरावे.

वाल व मसूरची डाळ

- **साहित्य**

१ वाटी वालाची डाळ,
१/२ वाटी मसूर डाळ,
१ कांदा, १ हिरवी मिरची,
फोडणीसाठी तेल,
हळद, हिंग, मोहरी,
२ आमसुले,
चिरलेली कोथिंबीर,
मीठ व साखर चवीसाठी.

६६५ किलो कॅलरी

- **कृती**

मसूर डाळ शिजवून घोटून घ्यावी. वालाची डाळ अर्धवट शिजवावी. कांदा बारीक चिरावा. कढईमध्ये तेल घालून हळद-हिंग-मोहरीची फोडणी करावी. त्यात कांदा परतावा. मिरचीचे तुकडे, आमसुले व वालाची डाळ घालावी. जरूरीप्रमाणे पाणी व चवीला मीठ-साखर घालावे. त्यात घोटलेली मसूर डाळ घालावी व वालाची डाळ पुरती शिजेपर्यंत उकळावे. वालाची डाळ शिजली तरी ती मोडणार नाही याची काळजी घ्यावी. वरून चिरलेली कोथिंबीर घालावी.

(वालाच्या डाळीला किंचित कडसर चव असते ती मसूरच्या डाळीमुळे कमी होते.)

दालचा (मसूर, मूग व तूर डाळ)

▪ साहित्य

अर्धा कप तूर डाळ,
अर्धा कप मूग व मसूर डाळ,
१ वाटी नारळाचे दाट दूध,
१ कांदा, १ टोमॅटो,
अर्धी वाटी मटार, १ बटाटा,
१ मोठा चमचा आले-लसूण पेस्ट,
१ चमचा गरम मसाला,
१ चमचा जिरे पूड,
१ चमचा लाल तिखट, मीठ,
फोडणीसाठी १ चमचा तेल,
हिंग, मोहरी व हळद,
अर्धी वाटी बारीक चिरलेली कोथिंबीर.

१२१५ किलो कॅलरी

▪ कृती

डाळी प्रेशर कुकरमध्ये शिजवून पाणी घालून चांगल्या घोटून घ्याव्या. कांदा-टोमॅटो बारीक चिरून घ्यावा. कढईमध्ये तेलाची फोडणी करून त्यात कांदा व टोमॅटो परतावे. त्यात आले लसूण पेस्ट, गरम मसाला, लाल तिखट, जिरे, बटाट्याच्या फोडी व मटार घालून जरा परतावे. भाज्या शिजल्यावर डाळींचे मिश्रण घालावे. शेवटी नारळाचे दूध घालून उकळी आणावी. वरून कोथिंबीर घालावी. डाळ पातळ हवी असल्यास नारळाच्या दुधात जरूरीप्रमाणे पाणी घालून घ्यावे.

दालचा आणि पुलाव किंवा दालचा आणि परोठा हे अतिशय पौष्टिक असे जेवण होऊ शकते.

टोमॅटोच्या रसातली मटकीची डाळ

▪ साहित्य

१ वाटी मुगाची डाळ,
१ लहान कांदा, १ हिरवी मिरची,
४-५ कढीलिंबाची पाने, ४ टोमॅटो,
१ चमचा धनेपूड, १ चमचा जिरेपूड,
१ चमचा कांदा मसाला,
फोडणीसाठी १/२ चमचा तेल, मोहरी,
हळद, हिंग, चवीला मीठ व साखर.

: ५७० किलो कॅलरी

▪ कृती

मटकीची डाळ शिजवून घ्यावी. एका भांड्यात पाणी घालून त्यात टोमॅटो घालावेत. पाणी उकळले की गॅस बंद करून झाकण लावावे. टोमॅटो गार झाले की मिक्सरवर बारीक करावे. एका भांड्यात फोडणी करून त्यात कढीलिंबाची पाने, हिरवी मिरची व बारीक चिरलेला कांदा घालावा. धनेपूड, जिरेपूड व कांदा मसाला

घालून जरा परतावे. त्यात टोमॅटोचा रस, शिजवलेली डाळ, मीठ व साखर घालून उकळावे.
(वाटलेले टोमॅटो गाळण्यावर गाळू नये. त्यामुळे सालातील पोषणमूल्ये वाया जातील.)

उडीद डाळीचा पांढरा ढोकळा

- **साहित्य**

१ वाटी उडीद डाळ,
४ वाट्या तांदूळ,
१ चमचा आले लसूण पेस्ट,
मीठ, लाल तिखट व भरड मिरपूड,
चिमूटभर खायचा सोडा.

१७५० किलो कॅलरी

- **कृती**

उडीद डाळ व तांदूळ वेगवेगळे भिजत घालावे. ५ ते ६ तासांनी तेच पाणी वापरून पीठ जाडसर वाटावे. दोन्ही पिठे एकत्र करून त्यात मीठ व वाटलेले आले लसूण घालावी. ढोकळा करायचे भांडे पाणी घालून गॅसवर ठेवावे. त्यावर ढोकळा उकडण्याची सपाट ताटली तेल लावून ठेवावी. तयार पिठात चिमूटभर खायचा सोडा घालून पीठ खूप फेसावे व गरम ताटलीत ओतावे. वरून लाल तिखट आणि भरड मिरपूड घालावी. हा ढोकळा पातळ, म्हणजे साधारणपणे अर्धा इंच उंचीचा असतो. गार झाल्यावर वड्या कापाव्या.

(या ढोकळ्यामध्ये अजिबात तेल-तूप नसल्याने तो डाएट करणाऱ्या लोकांसाठी उत्तम आहे.)

चण्याच्या डाळीचे धिरडे

- **साहित्य**

१ वाटी चण्याची डाळ,
१/२ वाटी साय काढलेल्या दुधाचे दही,

- **कृती**

चण्याची डाळ दोन तास भिजवून शिजवावी. कांदा, टोमॅटो व कोथिंबीर बारीक चिरावी. मीठ व थोडे पाणी

१/२ वाटी कोथिंबीर,
१" आले, २ हिरव्या मिरच्या,
१/२ टोमॅटो, १/२ कांदा,
मीठ चवीपुरते,
१ लहान चमचा तेल.

४५५ किलो कॅलरी

घालून दही फेटून घ्यावे. डाळ गार झाली की त्यात हिरव्या मिरच्या व आले घालून मिक्सरवर बारीक वाटावे. वाटलेल्या मिश्रणात कांदा, टोमॅटो, कोथिंबीर व दही घालून चांगले फेटावे. तयार मिश्रण धिरडे घालता येईल इतपत सरसरीत असावे.

नॉनस्टिक तव्यावर थोडे तेल घालून धिरडे घालावे. झाकण लावून मंद आचेवर दोन्ही बाजूंनी चांगले भाजावे.

(चणा डाळ शिजवल्यामुळे धिरडे करतान अगदी कमी तेल लागते.)

डाळ व भाज्या

भारतातील अनेक प्रांतांत डाळी व भाज्यांचे अनोखे मिश्रण करून अनेक स्वादिष्ट पदार्थ बनवले जातात. सिंधी साईभाजी, पारसी धनसाक, दक्षिण भारतातील सांबार व महाराष्ट्रातील डाळ वांगं ही त्याची काही उदाहरणे. या द्वारे एकाच पदार्थातून डाळीतली व भाज्यांमधली अशी विविध पोषणमूल्ये शरीराला मिळतात.

कॉलीफ्लॉवर घातलेली वाटली डाळ

- **साहित्य**

१ वाटी हरभरा डाळ,
१ वाटी किसलेला कॉलीफ्लॉवर,
दोन हिरव्या मिरच्या,
१ चमचा तेल
मोहरी, हळद, हिंग,
चवीला मीठ व साखर,
चिरलेली कोथिंबीर.

४४५ किलो कॅलरी

- **कृती**

हरभरा डाळ चार तास भिजत घालावी. भिजलेली डाळ, हिरव्या मिरच्या व आले पाणी घालून मिक्सरवर वाटून घ्यावे. त्यात मीठ, साखर व किसलेला कॉलीफ्लॉवर मिसळावा. हे मिश्रण कुकरमध्ये वाफवून घ्यावे. मिश्रण गार झाले की हाताने कुस्करावे. कढईत तेलाची फोडणी करून त्यावर हे मिश्रण घालावे. लागेल त्याप्रमाणे पाणी शिंपडून दणदणीत वाफ द्यावी. ही डाळ कोरडी न करता जरा ओलसरच ठेवावी. वरून कोथिंबीर घालावी.
(कॉलीफ्लॉवर ऐवजी किसलेला कोबी घालून वाटली डाळ करता येईल.)

साई भाजी

■ साहित्य

प्रत्येकी १ वाटी बारीक चिरलेला पालक, चवळई,
राजगिरा, चाकवत अशी कोणतीही पालेभाजी,
१ बटाटा, ५ ते ६ लाल किंवा दुधी भोपळ्याच्या फोडी,
१ कांदा व १ टोमॅटो बारीक चिरून,
१ वाटी चण्याची डाळ,
१ चमचा तेल,
फोडणीसाठी हिंग, हळद, मोहरी,
१ चमचा जिरेपूड,
१ चमचा धनेपूड,
१ चमचा आल्याची पेस्ट,
चवीसाठी मीठ व लाल तिखट.

■ कृती

प्रेशर कुकरमध्ये तेल घालून फोडणी करावी व त्यात कांदा, टोमॅटो व आले पेस्ट घालून परतावे. त्यात लाल तिखट, धने-जिऱ्याची पूड व मीठ घालावे. मसाला चांगला परतला की त्यात पालक व पालेभाजी घालावी. १ कप पाणी घालावे. पाण्याला उकळी आली की त्यात भिजवलेली डाळ आणि भाज्या घालून कुकरला दोन शिट्ट्या कराव्या. शिजलेली भाजी पळीने चांगली घोटून घ्यावी.

साई भाजी प्रेशर कुकरमध्ये केली तर ती पटकन होते तसेच त्याला तेलदेखील अगदी कमी लागते. खरी साईभाजी भरपूर तेलावर भाज्या व डाळ परतून त्यावर थोडे थोडे पाणी शिंपडून मंदाग्नीवर शिजवली जाते. शिजताना ती सारखी घोटली जाते त्यामुळे सगळ्या भाज्या व डाळ एकजीव होऊन भाजीला निराळीच छान चव येते.

५३५ किलो कॅलरी

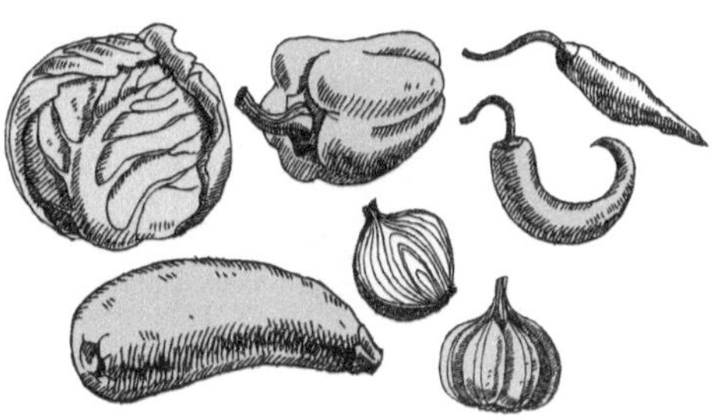

पारसी धनसाक

- **साहित्य**

२ वाट्या तूर डाळ,
मूठभर मसूर किंवा मूग डाळ,
१ मध्यम आकाराची मेथीची जुडी,
२ लहान वांगी,
४" लाल भोपळ्याचा तुकडा,
१ टोमॅटो, १ कांदा,
वाटीभर बारीक चिरलेली कोथिंबीर,
३ हिरव्या मिरच्या,
१ चमचा आले-लसूण पेस्ट,
१ चमचा सांबार पावडर,
१ चमचा धने-जिरे पूड,
२ मोठे चमचे तेल,
हिंग, हळद व मोहरी.
अर्धी वाटी चिरलेला पुदिना,
थोडा तळलेला कांदा,
मीठ चवीला.

११५० किलो कॅलरी

- **कृती**

डाळी दोन तास कोमट पाण्यात भिजत घालाव्यात. मेथी निवडून बारीक चिरून घ्यावी. वांगी व भोपळ्याचे लहान तुकडे करावे. कांदा, टोमॅटो व मिरच्या बारीक चिराव्यात. प्रेशर कुकरमध्ये तेल तापवून हिंग, हळद व मोहरीची फोडणी करावी. त्यावर कांदा, टोमॅटो, मेथी, वांगी व भोपळ्याचे तुकडे घालून जरा परतावे. त्यात दोन्ही डाळी, सांबार पावडर, धने-जिरे पूड, कोथिंबीर, मिरच्या व आले-लसूण पेस्ट घालावी. जरूरीप्रमाणे पाणी व मीठ घालून कुकरच्या तीन शिट्ट्या कराव्यात.

प्रेशर गेल्यावर शिजलेले धनसाक चांगले घोटावे. दुसऱ्या भांड्यात काढून गरम करावे. वाढताना वरून तळलेला कांदा व पुदिना घालावा.

डाळ वांगं

- **साहित्य**

१ वाटी तुरीची डाळ,
४ ते ५ लहान काटेरी वांगी,
३ सुक्या मिरच्या, २ आमसुले,
१ चमचा गोडा मसाला,
चवीला गूळ व मीठ,
१ चमचा भाजून कुस्करलेले सुके खोबरे,

- **कृती**

डाळ शिजवून घोटून घ्यावी. वांग्याचे उभे चार तुकडे करावे. एका भांड्यात तेल तापवून हिंग, हळद व मोहरीची फोडणी करावी. त्यात सुक्या मिरच्या व वांग्याच्या फोडी परताव्या. थोडे पाणी घालून वांगी शिजू द्यावी. वांगी शिजल्यावर त्यावर घोटलेली डाळ व

चिरलेली कोथिंबीर,
फोडणीसाठी १ चमचा तेल,
हिंग, हळद व मोहरी.

थोडे पाणी घालावे. आमसुले, खोबरे, गोडा मसाला,मीठ, गूळ घालून चांगले उकळावे. वरून कोथिंबीर घालावी.

४८५ किलो कॅलरी

वाईचे लोक तिखट खाणारे असतात त्यामुळे तिथे भाजलेला कांदा, लसूण, सुक्या मिरच्या व सुक्या खोबऱ्याचे वाटण घालून देखील डाळवांगं केले जाते.

कृष्णा नदीच्या काठची काटेरी वांगी अगदी चवदार असतात, त्यामुळे डाळवांगं हा कृष्णेकाठच्या वाईचा खास पदार्थ. तिथे त्याला 'घाटावरची आमटी' म्हटले जाते. डाळवांगं, भरली वांगी, उडदाच्या डाळीपासून केलेलं घुटं, ठेचलेली वांगी व झणझणीत चटण्या हे खास वाईचे पदार्थ आहेत.

धान्ये

आपल्या रोजच्या आहारात गहू, तांदूळ, ज्वारी, बाजरी, मका अशी हाताच्या बोटावर मोजता येतील एवढीच धान्ये असतात. पण त्याही पलीकडे जाऊन आपल्याकडे मिळत असलेली अनेक धान्ये, जी अतिशय आरोग्यदायी आहेत, ती आपण फारशी उपयोगात आणत नाही. राजगिरा, बार्ली, ओट्स, हातसडीचे तांदूळ अशा धान्यांमध्ये भरपूर पोषणमूल्ये असल्यामुळे त्याचा रोजच्या खाण्यात उपयोग करणे आवश्यक आहे.

जोंधळा, मका, राजगिरा, या धान्यांच्या लाह्या बनवल्या जातात. त्या पचायला हलक्या असल्यामुळे दुधात घालून नाश्त्यासाठी खाल्ल्या जातात.

- **गहू**

गहू हे धान्य जगातील बहुतेक देशात खाल्ले जाते. गव्हाचे पीठ म्हणजे कणिक. त्यापासून पोळ्या, पुऱ्या, परोठे, नान तसेच विविध प्रकारचे ब्रेड बनवले जातात. गव्हाचे पीठ अनेक वेळा चाळले असता खाली राहिलेले पीठ म्हणजे मैदा. चाळून घेतल्यामुळे पिठातील चाळ म्हणजेच फायबर बाजूला राहते. त्यामुळेच मैद्यापेक्षा कणकेचे पदार्थ खाणे केव्हाही आरोग्यकारक ठरतात.

गव्हापासून दलिया तसेच रवा बनवला जातो. त्यापासून उपमा, खीर हलीम असे पदार्थ बनवले जातात.

गव्हाच्या पिठाच्या पोळ्या किंवा फुलके केले जातातच; पण त्यांना आणखी पौष्टिक व चविष्ट बनवण्यासाठी त्यात मेथी, पालक अशा पालेभाज्या घालून त्याचे परोठे बनवले जातात. असेच परोठे बटाटा, कॉलीफ्लॉवर, कोबी अशा भाज्यांचे सारण भरून देखील करता येतात. तयार पोळीवर निरनिराळ्या प्रकारचे सारण घालून त्याचा पौष्टिक असा रोल बनवता येतो.

पनीरचा रोल किंवा फ्रँकी

■ **साहित्य**

४ तयार पोळ्या,
१ वाटी कुस्करलेले पनीर,
१ कांदा, १ टोमॅटो,
अर्धी भोपळी मिरची,
१ वाटी वाफवलेले मटार किंवा वाफवलेले मक्याचे दाणे,
४ मोठे चमचे लो कॅलरी हिरवी चटणी,
२ क्यूब्ज चीज किसून,
चवीला मीठ, साखर,
चिलीफ्लेक्स,
जरूरीप्रमाणे लोणी.

११३० किलो कॅलरी

■ **कृती**

कांदा, टोमॅटो व भोपळी मिरची बारीक चिरून घ्यावी व थोड्या लोण्यावर परतून वाफेवर शिजवावी. शिजल्यावर त्यात वाफवलेले मटार किंवा मका जरासा कुस्करून घालावा. त्यात पनीर व मीठ साखर व चिलीफ्लेक्स घालून एकत्र करावे.

पोळीच्या एका बाजूला हिरवी चटणी लावावी. अर्ध्या भागावर तयार भाजी पसरावी. त्यावर किसलेले चीज घालावे व पोळीची गुंडाळी करून त्याला टुथपिक लावावी. अशा चारी पोळ्यांचे रोल करून घ्यावे. तव्यावर लोणी घालून त्यावर हे रोल दोन्ही बाजूंनी परतावे. अतिशय पौष्टिक अशी ही फ्रँकी सॅलडबरोबर खावी.

■ **तांदूळ**

तांदळामध्ये अनेक आकार, प्रकार व स्वाद असून त्यापासून बनवलेला भात हा आपल्या रोजच्या जेवणातला पदार्थ आहे. या भाताचे गोड व तिखट चवीचे वेगवेगळे पदार्थ घालून असंख्य प्रकार बनवले जातात. साखरभात, बिर्याणी, खिचडी, दहीभात, लेमन राईस ही त्याची काही उदाहरणे.

तांदळापासून रवा, चुरमुरे, पोहे, साळीच्या लाह्या असे उपपदार्थ बनवले जातात.

कोकणात भरपूर तांदूळ पिकत असल्यामुळे तिथे त्यापासून उकडीचे मोदक, आंबोळ्या, भाकरी. उंडे असे वेगवेगळे पदार्थ बनवले जातात. घावनघाटले हा त्यातलाच एक पारंपारिक पदार्थ.

घावन घाटले

■ **साहित्य**

२ वाट्या नारळाचे दूध,
१ लहान चमचा तांदळाची पिठी,
१ मोठा चमचा गूळ,
थोडी वेलची पूड,
काजू व बदामाचे तुकडे.

१०५० किलो कॅलरी

■ **कृती**

नारळाच्या दुधात तांदळाची पिठी कालवावी. गुठळ्या होणार नाहीत याची काळजी घ्यावी. त्यात गूळ, वेलची पूड, काजू-बदामाचे काप घालून मिश्रण गॅसवर ठेवावे. दाटसर होईपर्यंत मंद आचेवर ढवळत शिजवावे.

घाटल्याबरोबर गोड घावन किंवा साधे घावन खाल्ले जाते.

गोड घावन

■ **साहित्य**

१ वाटी तांदळाची पिठी,
२ वाट्या दूध किंवा १ वाटी दूध व १ वाटी पाणी,
१ चमचा किसलेला गूळ, तूप.

साधे घावन साहित्य

१ वाटी तांदळाची पिठी,
२ वाट्या पाणी, तूप.

४८० किलो कॅलरी

■ **कृती**

तांदळाची पिठी व पाणी एकत्र करावे. गोड घावनासाठी तांदळाची पिठी व दूध एकत्र करावे. त्यात किसलेला गूळ घालून तो विरघळेपर्यंत हलवावे. नॉनस्टिक तवा गरम करून त्यावर थोडे तूप घालावे. त्यावर डावभर मिश्रणाचे घावन घालावे. मंदाग्नीवर झाकण ठेवून शिजू द्यावे. उलटून दुसरी बाजू शिजवावी.तव्यावरच अर्धी किंवा चतकोर घडी घालावी व घाटल्याबरोबर सर्व्ह करावे.

■ **ज्वारी**

ज्वारी म्हटली की आपल्याला भाकरी आठवते. ज्वारीची भाकरी, पिठलं व मिरचीचा खर्डा हे महाराष्ट्रातील अस्सल गावरान खाणे आहे. भाकरी सोडून ज्वारीच्या पिठाचे अनेक पदार्थ बनवले जातात.

ज्वारीच्या मुठिया

■ **साहित्य**

१ वाटी कोबी, कॉलीफ्लॉवर,
दुधी अशा भाज्यांचा कीस,
१ वाटी ज्वारीचे पीठ,
१/२ वाटी कोथिंबीर,
१ चमचा आले-लसूण पेस्ट,
चिमूटभर खायचा सोडा,
मीठ व तिखट चवीला
फोडणीसाठी १ चमचा तेल,
हिंग, मोहरी, हळद,
१ चमचा तीळ.

४४५ किलो कॅलरी

■ **कृती**

भाज्यांचा कीस, ज्वारीचे पीठ, थोडी कोथिंबीर, आले-लसूण पेस्ट, तिखट, मीठ व खायचा सोडा हे सर्व पदार्थ एकत्र करावे. त्यात लागेल त्या प्रमाणात पाणी घालावे. मिश्रण वळता येईल इतपत घट्ट असावे. कुकरमध्ये चाळणी ठेवून त्यावर केळीचे पान घालावे. तयार मिश्रणाच्या मुठिया/मुटके वळून केळीच्या पानावर ठेवून वाफवावे. पॅनमध्ये तेल घालून त्यात तीळ परतावेत. त्यात हिंग, मोहरी व हळद घालावेत. त्यात मुठिया परताव्यात. वरून कोथिंबीर घालावी.

ज्वारीच्या पिठाचे टोमॅटो ऑम्लेट

■ **साहित्य**

१ वाटी ज्वारीचे पीठ,
१ चमचा बेसन, १ वाटी ताक,
२ टोमॅटो, १ कांदा,
२ हिरव्या मिरच्या, कोथिंबीर,
चिमूटभर हळद, चवीला मीठ, लोणी.

४६५ किलो कॅलरी

■ **कृती**

ज्वारीचे पीठ व बेसन एकत्र करून साधारण तासभर ताकात भिजवून ठेवावे. टोमॅटो, कांदा, मिरच्या व कोथिंबीर बारीक चिरून पिठात घालावेत. मीठ, हळद व जरूर लागल्यास पाणी घालून सरसरीत पीठ भिजवावे. नॉनस्टिक तव्यावर थोडे

लोणी घालून त्यावर डावाने वरील पीठ घालून पसरावे. झाकण ठेवून मंद आचेवर ठेवावे. दोन्ही बाजूंनी लालसर करून घ्यावे. दह्याबरोबर किंवा हिरव्या चटणीबरोबर खावे.

ज्वारीच्या पिठाचे धपाटे

■ साहित्य

१ वाटी ज्वारीचे पीठ,
अर्धी वाटी कणिक,
अर्धी वाटी शिजवलेली मुगाची डाळ,
१ कांदा किसून,
१ वाटी दुधी भोपळ्याचा कीस,
१ चमचा वाटलेले आले, लसूण व हिरवी मिरची,
१ चमचा तीळ कूट,
कोथिंबीर, तेल, चवीला मीठ.

■ कृती

सर्व पदार्थ एकत्र करून जरूरीप्रमाणे पाणी घालून मऊसर पीठ भिजवावे. नॉनस्टिक तव्याला तेल लावून त्यावर धपाटा थापावा. वरून थोडे तेल सोडावे व झाकण ठेवून दोन्ही बाजूंनी खरपूस भाजावा. मुगाची डाळ व दुधीमुळे हे धपाटे पौष्टिक होतात.

७१५ किलो कॅलरी

■ बाजरी

बाजरी ही उष्ण असल्यामुळे शक्यतो थंडीच्या दिवसातच खाल्ली जाते. त्याची किंचित उग्र आणि कडसर चव सर्वांना आवडतेच असे नाही त्यामुळे बाजरीची भाकरी करताना पिठात चवीसाठी मीठ व वाटलेली हिरवी मिरची व बारीक चिरलेला पालक किंवा इतर पालेभाजी घालावी. तीळ लावून केलेली अशी गरमागरम बाजरीची भाकरी व त्यावर पांढरे लोणी हा थंडीच्या दिवसातला एक पौष्टिक पदार्थ होऊ शकतो.

राजस्थानमध्ये बनवली जाणारी बाजरीची खिचडी हा एक लोकप्रिय प्रकार. आहे. ती बाजरी व मुगाच्या डाळीची केली जाते. भाकरीप्रमाणेच त्यातही भाज्या घातल्या तर ती एका पदार्थात पौष्टिक जेवण अशी होऊ शकते.

बाजरीची खिचडी

साहित्य

१ वाटी बाजरी, १/२ वाटी तांदूळ,
१/२ वाटी मुगाची डाळ, १ कांदा,
१ वाटी कोबी, कॉलीफ्लॉवर, गाजर अशा बारीक चिरलेल्या भाज्या,
१ चमचा तेल, जिरे, हळद व हिंग,
चवीसाठी मीठ व तिखट,
१ चमचा लोणी.

८४० किलो कॅलरी

कृती

बाजरी रात्रभर भिजवून सकाळी उपसून ठेवावी. तांदूळ व मुगाची डाळ धुवून घ्यावी. प्रेशर कुकरमध्ये तेल तापवून त्यात हिंग, मोहरी व हळद घालून फोडणी करावी. त्यात कांदा व इतर भाज्या घालून परतावे. त्यात बाजरी, मुगाची डाळ,तांदूळ मीठ, तिखट व दोन वाट्या पाणी घालावे.कुकरच्या दोन शिट्ट्या कराव्या.

राजस्थानमध्ये ताज्या भाज्या मिळत नाहीत त्यामुळे तिथे गवार, भेंडी अशा भाज्या वाळवून ठेवतात. त्या बाजरीच्या खिचडीत वापरल्या जातात. खिचडीवर तुपाचा तडका देण्याऐवजी किंवा वरून तूप घालण्याऐवजी पांढरे लोणी वापरावे.

चटपटीत मका

मका हे अनेक देशातील लोकांचे मुख्य अन्न आहे. ते अ, ब, आणि ई जीवनसत्त्वांनी परिपूर्ण असून त्यात अनेक प्रकारची खनिजे असतात. मक्याच्या दाण्यांपासून व पिठापासून सूप, सॅलड, लाह्या म्हणजेच पॉपकॉर्न्स, कॉर्नफ्लेक्स व कॉर्न चिप्स असे पदार्थ बनवले जातात. पंजाबमधली मक्के की रोटी तर प्रसिद्धच आहे. पावसाळ्याच्या दिवसात कोळशावर भाजलेली मक्याची कणसे लिंबू, तूप व मीठ लावून खाण्याची मजा काही औरच असते. हल्ली स्वीट कॉर्न हा प्रकार जास्त प्रमाणात वापरला जातो; पण साध्या मक्यामध्ये पोषणमूल्ये जास्त असल्याने पदार्थ करताना शक्यतो साधा मकाच वापरावा. स्वीट कॉर्न वापरल्यास त्याच्या जोडीने आणखी एखादा पदार्थ घालून त्यातील पोषणमूल्ये वाढवावीत.

मक्यातील पिष्टमय पदार्थ म्हणजे कॉर्नस्टार्च हा स्वयंपाकात तसेच अनेक सौंदर्यप्रसाधनांमध्ये वापरला जातो.

कॉर्नची भाजी

■ साहित्य

१ वाटी उकडलेले स्वीटकॉर्न,
१ वाटी उकडलेले मटार,
१/२ वाटी भिजवून वाफवलेले मसूर,
१ कांदा, १ टोमॅटो बारीक चिरून,
१ चमचा गरम मसाला,
१ चमचा तेल, फोडणीसाठी मोहरी, हिंग व १ लाल मिरची,
१ मोठा चमचा दही, चवीसाठी मीठ.

४०० किलो कॅलरी

■ कृती

नॉनस्टिक भांड्यात तेल गरम करून त्यात मोहरी, हिंग व लाल मिरची घालून फोडणी करावी. त्यात कांदा व टोमॅटो घालून परतावे. दह्यात मीठ व गरम मसाला घालून फेटावे. परतलेल्या कांदा-टोमॅटोवर मटार, स्वीटकॉर्न, मसूर, दह्याचे मिश्रण घालावे. झाकण लावून वाफ द्यावी. दह्याला पाणी सुटल्याने वरून पाणी घालू नये. ही भाजी शिजवून कोरडी करावी.

(भाजीत स्वीटकॉर्नला मटार व मसूरची जोड दिल्यामुळे ही भाजी पौष्टिक होते.)

कॉर्न मेथी सीख कबाब

■ साहित्य

१ वाटी उकडलेले मक्याचे दाणे,
१ वाटी बारीक चिरून वाफवलेली मेथी, १ मोठा बटाटा उकडून,
१ पांढरा कांदा किसून,
१ मोठा चमचा हिरव्या मिरच्या व आले-लसणाचे वाटण, १ चमचा गरम मसाला, १ चमचा लोणी, चवीला मीठ, जरूर पडल्यास कॉर्नफ्लोअर, कबाबसाठी लांब काड्या.

३०० किलो कॅलरी

■ कृती

मक्याचे दाणे ठेचून घ्यावे. बटाटा किसून घ्यावा. ठेचलेला मका, बटाटा, मेथी, कांदा, वाटण, गरम मसाला व मीठ एकत्र करून घट्ट मळावे. जरूर पडल्यास त्यात कॉर्नफ्लोअर घालावे. मिश्रणाचे गोळे लांब काड्यांवर थापावे. हे सीख कबाब साधारण चार इंच लांबीचे असावेत. कोळशाच्या शेगडीवर वा नॉनस्टिक तव्यावर लोणी घालून कबाब सर्व बाजूंनी लालसर होईपर्यंत भाजावेत. सर्व्ह करताना कबाब बरोबर पुदिन्याची चटणी व कांद्याच्या चकत्या ठेवाव्यात.

चटणी लावलेली मक्याची कणसे

साहित्य

२ कोवळी मक्याची कणसे,
हिरवी चटणी,
१ टोमॅटो चकत्या करून,
लोणी,
टूथपिक्स

२२० किलो कॅलरी

कृती

मक्याची कणसे मिठाच्या पाण्यात घालून उकडून घ्यावी. उकडलेल्या कणसाचा दांडा व पुढचे टोक कापून त्याचे एकसारखे ३ तुकडे करावे. कणसाच्या दोन्ही बाजूंना टूथपिकने टोमॅटोची चकती बसवावी. मक्याच्या दाण्यांवर लोणी व हिरवी चटणी लावावी. असे सहा तुकडे तयार करावे.

इलेक्ट्रिक ओव्हनमध्ये ठेवायचे असतील तर प्रत्येक तुकडा फॉईलमध्ये गुंडाळावा व १० मिनिटे बेक करावा. मायक्रोवेव्हमध्ये ठेवायचे असतील तर कणसाचे तुकडे केळीच्या पानात गुंडाळून दोऱ्याने बांधावे व ५ मिनिटे बेक करावे.

सर्व्ह करताना प्रत्येकाच्या बशीत पानासकट किंवा फॉईलसकट कणिस सर्व्ह करावे. त्याबरोबर स्टर फ्राईडभाज्या सर्व्ह कराव्या.

उगारी

उगारी हा मक्याच्या पिठापासून बनवलेला आफ्रिका खंडातील एक पदार्थ असून केनियाचा तो राष्ट्रीय पदार्थ मानला जातो. तिथे हा पदार्थ वेगवेगळ्या प्रकाराने केला व खाल्ला जातो. उगारी म्हणजे एकप्रकारे मक्याच्या पिठाची उकड असते. आपण मक्याऐवजी ज्वारीचे पीठ वापरून ही हा पदार्थ करू शकतो.

साहित्य

२ वाट्या मक्याचे पीठ,
४ वाट्या पाणी,
१ चमचा लोणी,
चवीला मीठ.

८०५ किलो कॅलरी

कृती

मक्याचे पीठ पाण्यात कालवून घ्यावे. त्यात मीठ व लोणी घालून गॅसवर ठेवावे. मंद आचेवर चमच्याने हलवत शिजवावे. सतत हलवल्यामुळे पिठात गुठळ्या होत नाहीत. साधारण उकडीसारखे झाले की गॅस बंद करावा.

पदार्थ पोटभरीचा करण्यासाठी केनियामध्ये त्यात किसलेला कोबी, कॉलीफ्लॉवर, गाजर, बीन्स अशा भाज्या, मोडाची कडधान्ये व दाण्याचे कूट घातले जाते. त्याला चव देण्यासाठी वरून चिलीफ्लेक्स व कोरडी चटणी घातली जाते. अशा पद्धतीने बनवलेली उगारी म्हणजे त्यांचे एका पदार्थात जेवण होते.

उगारी सर्व्ह करायच्या काही पद्धती :

१. बशीत उगारीची भातासारखी मूद पाडून त्याबरोबर परतलेल्या भाज्या द्याव्यात.
२. उगारीचे लिंबाएवढे गोल गोळे करून ते भाज्यांच्या रश्श्यात टाकावे.
३. उगारीचे मुटकुळे वळून ते परतलेल्या भाज्यांवर ठेवावे. खाताना त्यावर ब्राऊन सॉस घालावा.
४. बशीमध्ये उगारीची मोठ्या वाडग्याने मूद पाडावी. मधला भाग काढून घेऊन खड्डा करावा व त्या खड्यात अंगाबरोबर रस असलेल्या भाज्या घालाव्यात.

■ **ओट्स**

ओट्स आणि केळ्याची मफिन्स

■ **साहित्य**

पाऊण वाटी ओट्स,
२ मध्यम आकाराची केळी,
६ मोठे चमचे साखर,
अर्धी वाटी लोणी,
प्रत्येकी अर्धा चहाचा चमचा बेकिंग पावडर आणि बेकिंग सोडा,
१ चहाचा चमचा कॉर्नफ्लोअर,
व्हॅनिला इसेन्स,
थोडे बदामाचे तुकडे.

■ **कृती**

केळी कुस्करून त्यात लोणी व साखर घालून साखर विरघळेपर्यंत फेटावे. कॉर्नफ्लोअर, बेकिंग पावडर व बेकिंग सोडा एकत्र करून चोळावा. ओट्स किंचित गरम करून कुस्करून घ्यावे व त्यात कॉर्नफ्लोअर चाळलेले मिश्रण मिसळावे. दोन्ही मिश्रणे हलक्या हाताने एकत्र करावीत. मफिन मोल्डमध्ये घालून वरून बदामाचे तुकडे घालावे व ओव्हनमध्ये १५ मिनिटे बेक करावे.

१०७० किलो कॅलरी

ओट्स व भाज्यांच्या वड्या

■ साहित्य

१ वाटी ओट्स,
अर्धी वाटी बारीक रवा,
अर्धी वाटी दही,
बेकिंग सोडा चिमूटभर,
१ वाटी गाजराचा/दुधीचा कीस किंवा
१ वाटी बारीक चिरलेली मेथी,
कोथिंबीर, १ चमचा तीळ,
मीठ, आले,
१ हिरवी मिरची बारीक चिरून,
थोडे तेल.

४२० किलो कॅलरी

■ कृती

ताटलीला तेल लावून घ्यावे. उरलेले तेल तापवून त्यात तीळ, रवा व ओट्स जरासे परतून घ्यावे. जी भाजी घेतली असेल ती भाजी, मिरची, कोथिंबीर, आले, मीठ दह्यामध्ये कालवावे. त्यात तीळ, ओट्स व रवा घालावा. मिश्रण फार घट्ट वाटले तर आणखी थोडे दही घालून सैल करावे. बेकिंग सोडा घालून फेटावे व ताटलीत ओतून वाफवून घ्यावे. गार झाल्यावर चौकोनी वड्या कापाव्या. हिरव्या चटणीबरोबर खाव्या.

भाजणी

भाजणी व भाजणीचे थालीपीठ हा खास महाराष्ट्रातील पदार्थ आहे. तो सकाळच्या न्याहारीपासून रात्रीच्या जेवणापर्यंत कोणत्याही वेळेला खाल्ला जातो, मात्र त्याच्याबरोबर पांढऱ्या लोण्याचा गोळा, दही किंवा मिरचीचा ठेचा पाहिजे.

अतिशय पौष्टिक अशी ही भाजणी गहू, तांदूळ,चण्याची डाळ, उडीद डाळ, ज्वारी ही धान्ये तसेच स्वादासाठी धने व जिरे वापरून केलेली असते. भाजणीत काही वेळा सालासकट हरभरे, काळी उडीद डाळ, अख्खे मूग अशी कडधान्ये देखील घातली जातात. आपण पीठ पेरून भाज्या करतो त्यात बेसनाऐवजी भाजणी वापरल्यास त्या भाज्या जास्त पौष्टिक होतील.

थालीपिठाची भाजणी

साहित्य

२ वाट्या गहू,
२ वाट्या तांदूळ,
१ वाटी बाजरी,
१ वाटी ज्वारी,
१/२ वाटी हरभरा डाळ,
१/२ वाटी उडीद डाळ,
४ चमचे धने,
२ चमचे जिरे.

कृती

सर्व पदार्थ मंद आचेवर वेगवेगळे भाजून घ्यावे. भाजताना खमंग वास येईपर्यंत कोरडे भाजावे. एकत्र करून दळून आणावे. भाजणी अगदी बारीक न दळता रवाळ ठेवावी.

१२१५ किलो कॅलरी

- **थालीपीठ**

भाजणीमध्ये लाल तिखट, बारीक चिरलेला कांदा, कोथिंबीर व मीठ मिसळावे. पाणी घालून भाजाणी भिजवावी. मिश्रण थापता येईल इतपत घट्ट असावे. नॉनस्टिक तव्याला थोडे तेल लावून त्यावर थालीपीठ थापावे व वरून थोडे तेल सोडून दोन्ही बाजूंनी खरपूस भाजावे. ह्या थालीपीठात बारीक चिरलेली मेथी, किसलेला कोबी, अशा भाज्या घालून ते पौष्टिक करता येईल.

वांग्याचे थालीपीठ

- **साहित्य**

१ भरताचे वांगे,
भाजणी, कोथिंबीर,
मीठ व लाल तिखट.

२९० किलो कॅलरी

- **कृती**

वांगे भाजून, कुस्करून घ्यावे. त्यात बारीक चिरलेली कोथिंबीर, चवीनुसार मीठ व लाल तिखट घालावे. मावेल तेवढी भाजणी घालून गोळा भिजवावा. हाताला पाणी लावून नॉनस्टिक तव्यावर थालीपीठ थापावे व थोडे तेल सोडून दोन्ही बाजूनी खरपूस भाजून घ्यावे.

भाजणीचे मोकळे

- **साहित्य**

२ कप थालीपीठ भाजणी,
१ कांदा, १ चमचा लाल तिखट,
२ चमचे तेल, मोहरी, हिंग व हळद,
१ लाल मिरची, ५-६ कढीलिंबाची पाने, चवीला मीठ व साखर,
वरून घालायला कोथिंबीर व ओले खोबरे.

५५५ किलो कॅलरी

- **कृती**

भाजणीमध्ये लाल तिखट, मीठ व पाणी घालून सरसरीत भिजवावी. नॉनस्टिक कढईमध्ये तेल तापवून त्यात मोहरी, हिंग, हळद, लाल मिरच्या व कढीलिंबाची पाने घालून खमंग फोडणी करावी. त्यात कांदा घालून परतावा. थोडे पाणी घालून कांदा शिजवून घ्यावा. कांदा शिजल्यावर त्यात भिजवलेली भाजणी घालावी. मंद आचेवर झाकण लाउन वाफ

द्यावी. भाजणी मोकळी पण जरा ओलसरच ठेवावी म्हणजे खाताना तोठरा बसणार नाही. वरून कोथिंबीर व ओले खोबरे घालावे.

(मोकळ्या भाजणीत कांद्याच्या जोडीने कॉलीफ्लॉवर, गाजर अशा भाज्या घातल्या तर ती जास्त पौष्टिक होईल. वरून घालायचे खोबरे टाळल्यास त्यातला ऊष्मांक देखील कमी होईल.)

भाजणी भरलेल्या मिरच्या

साहित्य

८ ते १० जाड मिरच्या (या प्रकारच्या मिरच्या फार तिखट नसतात.),
१ वाटी भाजणी,
१ कांदा, १ टोमॅटो,
१ चमचा जिरे पूड,
१ चमचा गोडा मसाला,
२ चमचे बारीक चिरलेली कोथिंबीर,
मीठ व साखर चवीप्रमाणे,
१ चमचा तेल,
मोहरी, हिंग व हळद फोडणीसाठी.

३४५ किलो कॅलरी

कृती

मिरच्यांना बाजूनी चीर पाडून त्यातल्या बिया काढून घ्याव्या. भाजणीमध्ये जिरेपूड, गोडा मसाला, थोडी कोथिंबीर व मीठ, साखर घालावी. थोडे पाणी घालून भाजणी ओलसर करावी. भाजणीचे मिश्रण मिरच्यांमध्ये भरावे व त्यांना तेलाचा हात लावून काचेच्या भांड्यात घालून ५ मिनिटे मायक्रोवेव्ह ओव्हनमध्ये वाफवाव्यात.

नॉनस्टिकच्या कढईमध्ये तेलाची फोडणी करून त्यावर कांदा व टोमॅटो घालून परतून घ्यावे. त्यात थोडी कोथिंबीर व चवीला मीठ घालावे. भरलेल्या मिरच्या कांदा टोमॅटोच्या मिश्रणात घालाव्या. कढईला झाकण लावून वाफ द्यावी.

(भरलेल्या मिरच्या मायक्रोवेव्ह ओव्हनमध्ये वाफवून घेतल्यामुळे तेल कमी लागते.)

पोषक कडधान्ये

कडधान्ये म्हणजे द्विदल धान्ये. त्यापासून वेगवेगळ्या डाळी बनवल्या जातात. कडधान्ये व डाळी हे शाकाहारी आहारातील पूर्णांन्न मानले जाते. त्यामध्ये हिरवे व पिवळे मूग, मसूर, मटकी, चवळी, हिरवे व पिवळे व काळे वाटाणे, छोले, हिरवे व पिवळे हरभरे, सोयाबीन्स, राजमा, वेगवेगळे बीन्स यांचा समावेश असतो. कडधान्यापासून अनेक पौष्टिक पदार्थ बनवता येतात.

मटकीची खिचडी

- **साहित्य**

१ वाटी मोडाची मटकी,
१ वाटी तांदूळ, १ कांदा,
फोडणीसाठी २ चमचे तेल,
हिंग, हळद, मोहरी,
१ चमचा गोडा मसाला,
१/२ चमचा जिरे पावडर,
चवीला मीठ व गूळ,
कोथिंबीर व ओले खोबरे.

७०० किलो कॅलरी

- **कृती**

तांदूळ धुवून ठेवावेत, कांदा उभा चिरावा. पातेल्यात तेल घालून फोडणी करावी. त्यात कांदा घालून परतावे. कांदा गुलाबी रंगाचा झाला की धुतलेले तांदूळ घालून परतावे. त्यात मटकी, गोडा मसाला, मीठ व गूळ घालून आणखी थोडे परतावे. चार वाट्या पाणी घालून खिचडी शिजायला ठेवावी. खिचडी शिजली की वरून कोथिंबीर व खोबरे घालावे.

(मोडाच्या मटकीमुळे खिचडीला वेगळीच पण छान चव मिळते.)

हमूस

- **साहित्य**

२ वाट्या भिजवलेले छोले,
२ पाकळ्या लसूण,
१ चमचा लिंबाचा रस,
१ मोठे चमचे ताहिनी- तिळाची पेस्ट,
चवीला मीठ, चिमूटभर लाल तिखट,
२ मोठे चमचे ऑलिव्ह ऑईल.

८३६ किलो कॅलरी

- **कृती**

छोले शिजवून गार करून घ्यावे. मिक्सरमध्ये छोले, लसूण व मीठ बारीक वाटून घ्यावे. जरूर पडल्यास थोडे पाणी घालावे. त्यात ताहिनी, लिंबाचा रस व १ चमचा ऑलिव्ह ऑईल घालून मिश्रण अगदी गुळगुळीत होईपर्यंत वाटावे.

सर्व्ह करताना एका खोलगट बशीत हमूस काढावे. त्याच्या मधोमध एक खड्डा करून त्यात उरलेले ऑलिव्ह ऑईल घालावे व वरून लाल तिखट भुरभुरावे.

कडधान्याचे हिरवे सॅलड

- **साहित्य**

पाव वाटी मोड आलेले मूग,
पाव वाटी हिरवे हरभरे,
१ कांदा व १ काकडी बारीक चिरून,
पाव वाटी चिरलेली कोथिंबीर,
२ हिरव्या मिरच्या उभ्या चिरून,
थोडी पुदिन्याची पाने,
१ चमचा लिंबाचा रस,
चवीप्रमाणे मीठ,
सॅलड सर्व्ह करण्यासाठी कोबीची कडक पाने.

१५० किलो कॅलरी

- **कृती**

एका वाडग्यात लिंबाचा रस, मिरच्या, मीठ व कोथिंबीर एकत्र करावे. त्यात एक एक करून मूग, हरभरे, कांदा व काकडी घालावी. चमच्याने हलवून सारखे करावे. एका काचेच्या बशीमध्ये कोबीची पाने ठेवून त्यात तयार सॅलड घालावे. वरून पुदिन्याची पाने लावावी.

राजमा मेथी

साहित्य

२ वाट्या भिजवलेला राजमा,
१ वाटी बारीक चिरलेली मेथी,
१ मोठा कांदा व बारीक चिरून,
१ चमचा आले पेस्ट,
१ चमचा लसूण पेस्ट,
१ चमचा कसूरी मेथी,
२ लाल मिरच्या,
फोडणीसाठी २ चमचे तेल,
मोहरी, हिंग व हळद,
चवीला मीठ,
वरून घालायला कोथिंबीर.

४८० किलो कॅलरी

कृती

भिजवलेला राजमा कुकरमध्ये शिजवून घ्यावा. एका कढईमध्ये तेल घालून मोहरी, हिंग व हळदीची फोडणी करावी. त्यात कांदा व लाल मिरच्या टाकून परतावे. त्यावर चिरलेली मेथी, आले व लसूण पेस्ट घालून जरा परतावे. राजमा उकडलेले थोडे थोडे पाणी शिंपडून वाफेवर भाजी शिजवावी. कांदा व मेथी शिजल्यावर त्यात मीठ व कसूरी मेथी घालावी. त्यात उकडलेला राजमा घालून परतून भाजी कोरडी करावी. वरून कोथिंबीर घालावी.

(राजमा पचायला जरा जड असतो त्यामुळे त्यात मेथी घातली आहे.)

चविष्ट सोयाबीन

सोयाबीनचा उगम चीनमधला मानला जातो. हजारो वर्षांपासून ते चीनप्रमाणेच जपान व कोरिया या आशियाई देशातही खाल्ले जात आहे. हळूहळू त्याचा जगभर प्रसार झाला व आज अनेक देशातील लोक आपल्या आहारातील प्रथिनांसाठी सोयाबीनवर अवलंबून आहेत.

सोया सॉस, बीनपेस्ट, सोया मिल्क, सोयाक्रीम, टोफू, सोयाचे पीठ, सोयाऑईल, सोयाचंक्स हे सोयाबीन पासून बनवलेले काही पदार्थ. एदामामे म्हणजे सोयाबीनच्या कोवळ्या शेंगा जपान व कोरियामध्ये मीठ लावून उकडून खातात. त्यांच्या डाएटमधला तो एक महत्त्वाचा पदार्थ आहे.

गेल्या काही वर्षांपासून आपल्याकडे देखील लोकांना सोयाबीन्स व त्यातील अन्नघटकांचे महत्त्व कळले आहे. शाकाहारी आहारासाठी सोयाबीन हे एक वरदानच आहे त्यामुळे लोकांनी त्याचा आपल्या डाएटमध्ये निरनिराळ्या प्रकारे समावेश करून घेतला आहे.

भारतीय स्वयंपाकात सोयाबीन अनेक प्रकारे वापरता येते. बाजारात सोयाबीनचे पीठ तर मिळतेच पण वेगवेगळ्या स्वादाचे सोया मिल्क, हर्ब्ज घातलेले टोफू, सोयाचंक्स असे सोयाबीनपासून बनवलेले पदार्थ मिळतात. आपल्या आहारात त्याचा खालील प्रकारे उपयोग करून घेता येईल.

१. कणिक दळून आणताना गव्हात सोयाबीन मिसळावे. त्यामुळे पोळीची चव बदलत नाही पण त्यातील प्रथिनांचा शरीरारा फायदा मिळतो. साधारणपणे १ किलो गहू घेतले तर त्यात १५० ग्रॅम सोयाबीन घालावे.
२. सोयाबीनला मोड आणून त्याचा सॅलडमध्ये उपयोग करावा.
३. इतर कोणत्याही कडधान्यांमध्ये सोयाबीन मिसळून त्याची उसळ करावी.
४. थालीपिठाच्या भाजणीत धान्ये व डाळींसोबत थोडे सोयाबीन घालावे.
५. सोयामिल्क हे भरपूर प्रथिनांनी युक्त असून त्यात कोलेस्टेरॉलचे प्रमाण अतिशय कमी असते. वेगन डाएट करणारे लोक व ज्यांना दुधातील काही घटकांमुळे त्रास होतो अशा लोकांनी सोयामिल्क प्यावे.
६. सोयाक्रीम हे केक व पुडींगमध्ये वापरावे.
७. सोया वडी ही करी, पुलाव, अशा पदार्थांत वापरावी किंवा त्याचा खिमा, भाजी, भुर्जी असे पदार्थ बनवावेत.
८. टोफू किंवा बीन कर्ड म्हणजे सोयाबीनच्या दुधापासून बनवलेले पनीर. पनीरप्रमाणेच ते भाजीत घालून ग्रील करून किंवा सॅलडमध्ये घालून खावे. १०० ग्रॅम टोफूमध्ये ७६ कॅलरीज,भरपूर प्रथिने व कॅल्शियम असते.

पालक टोफू

▪ साहित्य

पाव किलो टोफू,
१ कांदा, ४ पाकळ्या लसूण,
१ चमचा आल्याची पेस्ट,
१ मध्यम आकाराची पालकची जुडी,
१ कप साय काढलेल्या दुधाचे दही,
१ चमचा गरम मसाला,
मीठ चवीला

▪ कृती

टोफूचे साधारणपणे ३'' लांबीचे तुकडे करावे. नॉनस्टिक कढईमध्ये तेल टाकावे. तेल तापल्यावर त्यात बारीक चिरलेला लसूण व टोफू घालावा. थोडे मीठ घालून टोफू सगळ्या बाजूनी तांबूस होईपर्यंत परतावा व बशीत काढून घ्यावा. एका बाऊलमध्ये दही

फोडणीसाठी १ चमचा तेल,
चिमूटभर जिरे.

३१५ किलो कॅलरी

व गरम मसाला एकत्र करावा. टोफूच्या तुकड्यांना दही लावून अर्धा तास ठेवून द्यावे. उरलेल्या तेलात जिरे घालावेत. तडतडल्यावर त्यात वाटलेली हिरवी मिरची व उभा चिरलेला कांदा परतावा. चिरलेला पालक, आल्याची पेस्ट व मीठ घालून हलवावे. झाकण लावून वाफेवर पालक शिजवावा. पालक शिजल्यावर त्यात टोफूचे तुकडे घालावे व थोडा वेळ शिजवावे.

(दह्याचा पांढरा व पालकचा हिरवा अशी दोन रंगाची भाजी छान दिसते. टोफूला स्वत:ची अशी खास चव नसल्यामुळे तो मसाल्यात मुरवून ठेवणे आवश्यक असते.)

श्रावण घेवडा आणि सोयाबीनची भाजी

- **साहित्य**

पाव किलो श्रावणघेवडा,
१ वाटी भिजवलेले सोयाबीन,
२ चमचे गोडा मसाला,
चवीसाठी तिखट मीठ व गूळ,
फोडणीसाठी १ चमचा तेल,
हळद, हिंग, मोहरी.

३४१ किलो कॅलरी

- **कृती**

श्रावण घेवडयाच्या शेंगा निवडून त्याचे इंचभर लांबीचे तुकडे करावे. प्रेशर कुकरमध्ये हिंग मोहरीची फोडणी करून त्यात श्रावण घेवडा व सोयाबीन्स घालाव्या. हळद, तिखट मीठ व मसाला घालून जरा परतावे. जरूरीपुरते पाणी घालावे. गूळ घालावा व दोन शिट्ट्या कराव्या.

दुसरी पद्धत म्हणजे चिरलेला श्रावणघेवडा व सोयाबीन वाफवून घ्यावे. कढईत हिंग-मोहरीची फोडणी करून वाफवलेली भाजी घालावी. मसाला, मीठ, तिखट व गूळ घालून सारखे करावे.

(सोयाबीन शिजायला जड असल्यामुळे ते कुकरमध्ये शिजवणे योग्य ठरते.)

सोयाबीनची उसळ

▪ साहित्य

पाव किलो मोड आलेले सोयाबीन,
१ कांदा, १ टोमॅटो,
४ पाकळ्या लसूण,
२ हिरव्या मिरच्या,
कढीलिंबाची पाने ४/५,
१ चमचा गरम मसाला,
फोडणीसाठी १ चमचा तेल,
हळद, हिंग, मोहरी,
चवीसाठी मीठ,
कोथिंबीर.

▪ कृती

कांदा व टोमॅटो बारीक चिरून घ्यावे. लसूण ठेचून घ्यावा. मिरच्यांचे तुकडे करावे. प्रेशर कुकरमध्ये हळद, हिंग व मोहरीची फोडणी करावी. त्यात मिरच्या व कढीपत्ता घालावा. चिरलेला कांदा व टोमॅटो घालून जरा परतावे. त्यात सोयाबीन व गरम मसाला घालावा. जरूरीपुरते पाणी घालून दोन शिट्ट्या कराव्यात. वाढताना वरून कोथिंबीर घालावी.

६३० किलो कॅलरी

(सोयाबीनला किंचित उग्र चव असते व ती कांदा टोमॅटोमुळे कमी होते.)

सोया चंकचा रस्सा

▪ साहित्य

१०/१२ सोया चंक,
२ कांदे, ४ टोमॅटो, २ लाल मिरच्या,
कोथिंबीर, चवीसाठी मीठ व साखर,
१ चमचा धने पूड,
१/२ चमचा जिरेपूड,
१ चमचा आले-लसूण पेस्ट,
१ चमचा गरम मसाला,
१ चमचा तेल.

३३० किलो कॅलरी

▪ कृती

सोया चंक गरम पाण्यात १५ मिनिटे बुडवून ठेवावेत व नंतर हाताने पिळून त्यातले पाणी काढून टाकावे. टोमॅटोच्या मोठ्या फोडी कराव्या. कांदा उभा चिरावा. एका नॉनस्टिक भांड्यात आले लसूण पेस्ट, लाल मिरच्या, कांदा व टोमॅटो असे एकत्र करावे. टोमॅटोचा रस आटेपर्यंत शिजवावे. गॅस बंद करून मिश्रण गार होऊ द्यावे व नंतर मिक्सरवर बारीक वाटावे. त्याच भांड्यात तेल गरम

करून वाटलेला मसाला परतावा. धनेपूड, जिरेपूड, गरम मसाला व मीठ थोड्या पाण्यात कालवावे व मसाल्यात घालावे. तेल सुटेपर्यंत परतावे. त्यात सोया चंक घालून परतावे. लागेल त्याप्रमाणे थोडे थोडे पाणी घालून सोया चंक शिजवावे. वरून चिरलेली कोथिंबीर घालावी.

(हा रस्सा करताना कांदा व मिरच्या तेलात परतण्याच्या ऐवजी टोमॅटोच्या रसात शिजवल्या आहेत.)

सकाळचा नाश्ता (Breakfast)

'Breakfast like a King, Lunch like a Prince and Dinner like a Pauper.'

ही एक पूर्वापार चालत आलेली जगप्रसिद्ध म्हण आहे. त्याचा अर्थ नाश्ता करताना एखाद्या राजासारखा भरपेट करा, दुपारचे जेवण एखाद्या राजकुमारासारखे म्हणजे जरा बेताचे करा आणि रात्रीचे जेवण मात्र एखाद्या भिकाऱ्यासारखे अगदी कमी खाऊन करा.

आपल्यापैकी फारच थोडे जण हे पाळतात. सकाळचा नाश्ता हा सर्वात महत्त्वाचा असतो. कारण रात्रभर उपास घडल्यानंतर शरीराला आणि मेंदूला इंधनाची म्हणजेच खाण्याची जरूर असते. ब्रेकफास्टचा(break fast) शब्दशः अर्थ बघितला तर तो रात्रभर झालेला उपास ब्रेक करणे/संपवणे म्हणजेच रात्रीचा उपास सोडणे असा होतो.

सकाळी उठल्याबरोबर आपण आधी चहा किंवा कॉफी पितो. त्यात काही वाईट नाही; पण उत्तम आरोग्य राखण्याच्या दृष्टीने दिवसाची सुरुवात ग्लासभर पाणी, कोमट लिंबूपाणी, अथवा फळांच्या रसाने केलेली योग्य ठरते.

सकाळी मिश्र धान्याचा ब्रेड, डाळी, फळे, फळांच्या स्मूदी व त्याबरोबर दूध, चीज, दही असे प्रथिनयुक्त पदार्थ खाल्ले तर त्याने व्यवस्थित पोट भरलेले राहते. प्रथिने व तंतूमय पदार्थांच्या जोडीने नाश्त्यामध्ये कॅल्शियम, लोह, जीवनसत्त्वे असणे जरूर असते.

- **फळे**

An apple a day keeps doctor away हे वाक्य तर सर्वश्रुत आहे. त्यानुसार अगदी सफरचंद नाही तरी आपल्या आहारामध्ये रोज इतर कोणत्याही फळाचा समावेश करणे योग्य ठरेल. प्रत्येक हंगामात वेगवेगळी फळे मिळतात

व त्यावेळी ती फळे खाणे चांगले. निसर्गाने प्रत्येक ऋतूमध्ये शरीराला ज्याची आवश्यकता असते त्या प्रमाणे फळे व भाज्यांची निर्मिती केलेली असते. त्यानुसार शरीराला थंडावा देणारे व पाण्याचा अंश जास्त असणारे कलिंगड, टरबूज अशी फळे उन्हाळ्याच्या दिवसात मिळतात. याच दिवसात कैरी, लिंबे टोमॅटो अशी आंबट चवीची फळे मिळतात.

केळी, पपई, सफरचंद अशी काही फळे वर्षभर मिळतात व त्यातून शरीराला ऊर्जा मिळते. बहुतेक सगळ्या फळांमध्ये भरपूर चोथा, वेगवेगळी जीवनसत्त्वे व खनिजे, कमी ऊष्मांक व अगदी नगण्य प्रमाणात चरबी असते. आंबा, चिक्कू, सीताफळ, द्राक्ष या फळांमध्ये शर्करा असल्यामुळे त्यातील ऊष्मांक वाढतो; पण ही फळे अल्प प्रमाणात खाल्यास त्यातील नैसर्गिक साखर शरीराला उपयुक्त ठरते.

सकाळी नाश्त्याच्या वेळी फळ किंवा फळांचा रस प्यायल्याने शरीराला ऊर्जा व मनाला तरतरी मिळते. नॉर्डिक देशात असंख्य प्रकारच्या बेरीज मिळतात. त्यातील आरोग्यदायी गुणधर्मामुळे तिथे त्यांना 'सुपर फूड' असे म्हणले जाते. त्या देशांमध्ये राजबेरी, गुजबेरी, ब्लूबेरी, बकथॉर्नबेरी, लिंगन बेरी, क्लाउड बेरी अशा अनेक प्रकारच्या रंगीबेरंगी बेरीज मिळतात. चेरी, स्ट्रॉबेरी, तुती, करवंद, बोरं, जांभळे ह्या आपल्याकडे मिळणाऱ्या काही बेरीज.

नेहमी मिळणारी फळे म्हणजे संत्री, मोसंबी, सफरचंद, केळी, आंबा, चिक्कू, पपई, टरबूज, कलिंगड, द्राक्ष, डाळिंब, पेअर, अननस, अंजीर, लिची, जर्दाळू, फणस. त्यापैकी सीताफळ, रामफळ, साखर काकडी या फळांना 'देशी फळे' म्हटले पाहिजे. किवी, स्टारफ्रूट, पॅशनफ्रूट, ऑव्होकाडो, ड्रॅगनफ्रूट, किवानो, मिरॅकलफ्रूट, खजूर, प्लम, पीच ही विदेशी फळे त्या देशातील भौगोलिक परिस्थिती व हवामानानुसार तिथे पिकतात. फळे देशी असोत वा विदेशी त्यावर कोणतीही प्रक्रिया न करता ती तशीच खाणे आरोग्याच्या दृष्टीने योग्य ठरते.

- **फळे वापरून केलेले पदार्थ**

सफरचंदाच्या सॉसमधील प्लम्स (Plums in Orange Sauce)

- **साहित्य**

४ प्लम्स,
२ कप सफरचंदाचा रस,
१ मोठा चमचा मध,

- **कृती**

प्लम्समधील बिया काढून त्याचे दोन भाग करावे. अर्धे केलेले प्लम्स पाण्यात घालून उकळावे व

चिमूटभर दालचिनी पूड,
१/२ कप बदाम व अक्रोडाचा चुरा,
थोडे ताजे क्रीम.

५०० किलो कॅलरी

गार झाल्यावर त्याचे साल काढावे. एका पॅनमध्ये सफरचंदाचा रस, मध आणि दालचिनीची पूड असे एकत्र करावे. त्यात प्लम्सच्या फोडी घालून उकळावे. रस आटला की गॅस बंद करावा. गार झाल्यावर प्लम्सच्या फोडी एका बाऊलमध्ये काढाव्या. वरून क्रीम व बदाम अक्रोडाचा चुरा घालून सजवावे. फ्रीजमध्ये ठेवून थंडगार सर्व्ह करावे.

बतीथा

पूर्वीच्या काळी लोक जेव्हा वाळवंटातून लांबच्या प्रवासाला जात, तेव्हा ते आपल्याबरोबर 'बतीथा' हा पदार्थ घेऊन जात असत. त्यात पाण्याचा थोडासुद्धा अंश नसल्याने तो खूप दिवस टिकत असे. बतीथा हा पोटभरीचा पदार्थ असून त्यापासून शरीराला ऊर्जा मिळते. असा हा बहुगुणी पदार्थ आजही अमिरातीमध्ये आवडीने खाल्ला जातो.

■ **साहित्य**

१/२ किलो बिया काढलेला खजूर,
२ कप कणिक,
१/२ कप तूप,
वेलदोड्याची पूड.

१७६५ किलो कॅलरी

■ **कृती**

खजुराचे बारीक तुकडे करून घ्यावे. थोडे तूप गरम करून त्यात कणिक चांगली खरपूस भाजून घ्यावी.

भांड्यात काढून गरम असतानाच त्यात खजुराचे तुकडे, उरलेले तूप आणि वेलची पूड घालावी. हे मिश्रण हाताने एकत्र करावे. त्याचे लहान लहान गोळे करावे किंवा तसाच भगरा ठेवावा.

संत्र्याचे सॅलड

साहित्य

१ कप संत्र्याच्या सोललेल्या फोडी,
१ कप अक्रोड, २० काळ्या मनुका,
थोडी लेट्यूसची पाने,
१ टेबलस्पून मध,
चिमूटभर दालचिनी पूड, चवीला मीठ.

१३० किलो कॅलरी

कृती

मनुका ४ तास पाण्यात भिजवून कोरड्या कराव्या. मधात मीठ, दालचिनी पूड, अक्रोड व मनुका घालाव्या. त्यात हलक्या हाताने संत्र्याच्या फोडी मिसळाव्या. लेट्यूसची पाने हाताने तोडून एका बशीत पसरावी व त्यावर संत्र्याचे सॅलड ठेवावे.

बेरीज विथ मिल्क सॉस

साहित्य

१ मध्यम आकाराचा काचेचा बाऊल भरून रंगीबेरंगी बेरीज- लालचुटुक स्ट्रॉबेरीज, काळ्या मलबेरीज, निळसर छटा असलेल्या ब्लूबेरीज, केशरी व पिवळ्या क्लाउड बेरीज.
१ कप दूध, १ चमचा कॉर्नफ्लोअर,
१ चमचा साखर,
१ कप बदाम, पिस्ते व अक्रोडाचा भरड चुरा.

१००० किलो कॅलरी

कृती

दुधात साखर व कॉर्नफ्लोअर कालवून मिश्रण गॅसवर ठेवावे. चमच्याने सतत हलवून सॉसला दाटपणा यायला लागला की गॅस बंद करावा. तयार सॉस बेरीजवर ओतता येईल इतपत सरसरीत असावा. गार झाल्यावर फ्रीजमध्ये ठेवावा. स्ट्रॉबेरीज मोठ्या असतील तर त्याचे तुकडे करावे. इतर प्रकारच्या बेरीज सबंधच ठेवाव्या. सर्व्ह करताना बेरीजमध्ये निम्मा बदाम, पिस्ते व अक्रोडाचा चुरा हलक्या हाताने मिसळावा. त्यावर गार झालेला मिल्क सॉस व उरलेला सुक्या मेव्याचा चुरा घालावा.

मेक्सिकन फ्रूट सॅलड

■ **साहित्य**

आंबा, अननस, हिरवे टरबूज, कलिंगड व पपई या फळांच्या प्रत्येकी १ कप चौकोनी फोडी, १ चमचा साखर, १ मोठा चमचा संत्र्याचा रस, १ चमचा लिंबाचा रस, चवीला मीठ, १/२ चमचा चिलीफ्लेक्स, सजावटीसाठी लिंबाच्या चकत्या.

३६० किलो कॅलरी

■ **कृती**

फळांच्या फोडी एकत्र कराव्यात. संत्र्याच्या रसात साखर विरघळवून घ्यावी. त्यात लिंबाचा रस, मीठ व चिलीफ्लेक्स घालून फळांच्या फोडींवर घालावे. सगळ्या फोडींना संत्र्याचा रस लागेल अशा बेताने चमच्याने हलवावे. काचेच्या बाऊलला लिंबाची चकती लावून त्यात तयार फ्रूटसॅलड घालावे.

स्मूदी

स्मूदी हे सकाळच्या नाश्त्याच्या वेळी घेण्यासाठी अगदी योग्य असे पेय आहे. स्मूदी म्हणजे फळे, भाज्या, दही, दूध हे एकत्र करून बनवलेले घट्टसर पेय असते. स्मूदी जरी फळांपासून बनवलेली असली तरी ती मिल्कशेकसारखी दाट नसते तसेच फळांच्या रसासारखी पातळ देखील नसते. काही प्रकारच्या स्मूदी गोड चवीच्या असतात तर काहींमध्ये मीठ घातलेले असते. स्मूदीमध्ये कोणकोणते पदार्थ घातले आहेत त्यावरून ती आरोग्यकारी आहे का नाही ते ठरते.

स्मूदीमध्ये जर साखर अथवा आंबा, चिक्कू केळे अशी गोड फळे घातली असलील तर त्यातील ऊष्मांक खूप वाढेल व त्या आरोग्यकारी होणार नाहीत. त्यामुळे स्मूदी करताना शक्यतो स्किम्ड मिल्क, पालकसारख्या हिरव्या भाज्या व सफरचंद, पेअर अशी फळे वापरलेली चांगली. फळांमुळे त्याला किंचित गोडवा मिळतो व भाज्यांचा उग्रपणा झाकला जातो. स्मूदीसाठी घेतलेले सर्व पदार्थ मिक्सरवर घालून बारीक होईपर्यंत फिरवावे व गार करून प्यावे.

पेअर आणि आल्याची स्मूदी

१३० किलो कॅलरी

■ **साहित्य**

२ पेअर सालासकट फोडी करून, १ चहाचा चमचा किसलेले आले, १ कप लो फॅट दही, चवीसाठी मीठ, जरूरीप्रमाणे पाणी.

बेरीजची स्मूदी

- **साहित्य**

१ कप डेख काढलेल्या स्ट्रॉबेरीज, १/२ कप रॉसबेरीज, तासभर पाण्यात भिजवून ठेवलेले १० ते १२ बेदाणे, चिमूटभर दालचिनी पावडर, २ चमचे मध आणि १ कप लो फॅट दूध.

२७० किलो कॅलरी

फळे व भाज्यांची स्मूदी

- **साहित्य**

१ काकडी, २ टोमॅटो, १ संत्रे सोलून, वाटीभर कलिंगडाचे तुकडे, १/२ चमचा लिंबाचा रस, चवीला मीठ व साखर व मिरपूड.

१४० किलो कॅलरी

पालक व सफरचंदाची स्मूदी

- **साहित्य**

मूठभर पालकची पाने, थोडा पुदिना, १ सफरचंद, चिमूटभर दालचिनीची पूड, चवीला मीठ व बर्फाचा चुरा.

६० किलो कॅलरी

अननसाची स्मूदी

- **साहित्य**

१ कप अननसाचे तुकडे, १/२ कप अननसाचा ज्यूस, १/२ कप लो फॅट दही, ४ थेंब व्हॅनिला इसेन्स, थोडा बर्फाचा चुरा.

१८० किलो कॅलरी

सँडविच

सकाळच्या नाश्त्यासाठी ब्रेड हा एक पोटभरीचा प्रकार आहे. त्यामध्ये हल्ली असंख्य प्रकार मिळायला लागले आहेत. नेहमीचा ब्रेड हा मैद्याचा केला जातो. व्हीट ब्रेड म्हणजे कणकेचा ब्रेड. मल्टीग्रेन ब्रेडमध्ये वेगवेगळ्या प्रकारच्या धान्यांचे पीठ वापरले जाते. त्यात बार्ली, ओटस, गहू... अशांचा समावेश असतो. नॉर्डिक देशांमध्ये खाल्ला जाणारा रायचा ब्रेड अनेक पोषणमूल्यांनी परिपूर्ण असा असून त्याची चव किंचित आंबूस असते.

हे ब्रेड वापरून जे अनेक पदार्थ बनवले जातात त्यातलाच सँडविच हा एक लोकप्रिय पदार्थ. सँडविच सकाळच्या नाश्त्यापासून रात्रीच्या जेवणापर्यंत केंव्हाही खाल्ले जाते. त्यामध्ये साधे व टोस्टेड, ग्रिल केलेले अथवा सँडविच मेकरवर केलेले असे अनेक प्रकार असतात.

सँडविच हेल्दी करण्यासाठी....

- शक्यतो ब्राउन, गव्हाचा, किंवा मल्टीग्रेन ब्रेड वापरावा.
- ब्रेडला लावण्यासाठी बाजारचे बटर लावण्याऐवजी घरचे पांढरे लोणी वापरावे.
- बाजारात हल्ली झिरो कॅलरी मेयॉनिज मिळते ते वापरावे.
- साधे मेयॉनिज न वापरता त्याला पर्यायी घटक वापरावे.
- पांढऱ्या लोण्यामध्ये चटणी कालवावी व ते लोणी ब्रेडला लावावे. त्यामुळे लोणी कमी लागते.

कॉलेज कँटीन सँडविच

■ **साहित्य**

४ स्लाइस मल्टिग्रेन ब्रेड,
लो कॅलरी चटणी,
थोडे लोणी,
१ उकडलेला बटाटा,
१ काकडी, १ टोमॅटो,
चाट मसाला आणि काळे मीठ.

३०६ किलो कॅलरी

■ **कृती**

ब्रेडच्या कडा काढून चारही स्लाइसना हलकेसे लोणी लावून घ्यावे. त्यावर भरपूर चटणी लावावी. त्यावर बटाटा, टोमॅटो व काकडीच्या चकत्या करून पसराव्या. वरून चाट मसाला व काळे मीठ घालावे. त्यावरती दुसरे दोन चटणी लावलेले ब्रेड स्लाइस ठेऊन हाताने दाबावे. धारदार सुरीने त्याचे त्रिकोणी तुकडे करावे.

(ह्या सँडविचला झणझणीत हिरव्या चटणीमुळे व चाट मसाल्यामुळे मस्त चव मिळते.)

मेयॉनिज सँडविच

■ **साहित्य**

४ मोठे स्लाइस ब्राऊन ब्रेड,
३ मोठे चमचे झिरो कॅलरी मेयॉनिज,
१ लहान कांदा बारीक चिरून,
१/२ गाजर किसून,
१/२ भोपळी मिरची बारीक चिरून,
१/२ वाटी किसलेला कोबी,
१ हिरवी मिरची बारीक चिरून,
चवीला मीठ व मिरपूड.

४२० किलो कॅलरी

■ **कृती**

एका बाऊलमध्ये सर्व भाज्या घालाव्यात व त्यात मेयॉनिज घालून मिश्रण कालवून घ्यावे. ब्रेडच्या कडा कापाव्यात. तयार मेयॉनिजचे मिश्रण चारही ब्रेडच्या स्लाइसला लावावे. मेयॉनिजची बाजू एकमेकांवर ठेवावी. हाताने जरासे दाबावे व त्रिकोणी कापावे. टोमॅटो सॉसबरोबर सर्व्ह करावे.

बॅगेट सँडविच (सब वे)

बॅगेट म्हणजे लांबडा फ्रेंच ब्रेड. तो वरून कडक व आतून अगदी मऊ असतो.

▪ साहित्य

१ बॅगेट, लेट्यूसची चार पाने,
१ मोठा चमचा किसलेले चीज,
१ टोमॅटो चकत्या करून
१ कप उकडून ठेचलेले मक्याचे दाणे,
१/२ कप फॅटलेस व्हाईट सॉस,
मीठ व मिरपूड चवीला,
२ चमचे लो कॅलरी हिरवी चटणी.

२५० किलो कॅलरी

▪ कृती

बॅगेट लांबीच्या बाजूने मध्ये कापावा पण त्याचे दोन तुकडे करू नयेत. (पावभाजीच्या पावासारखे.)

बॅगेट उघडून त्याच्या आतल्या दोन्ही बाजूंना हिरवी चटणी लावावी. खालच्या बाजूवर लेट्यूसची पाने व टोमॅटोच्या चकत्या ठेवाव्या. त्यावर मीठ, मिरपूड भुरभुरावी. मक्याचे दाणे व व्हाईट सॉस यांचे मिश्रण टोमॅटोच्या चकत्यांवर पसरावे. त्यावर किसलेले चीज घालावे व बॅगेट बंद करावे. धारदार सुरीने तीन तुकडे करावे.

तीन रंगी सँडविचेस

▪ साहित्य

दोन स्लाइस ब्रेड,
एक चीज स्लाइस,
उकडलेला बटाटा,
टोमॅटोच्या चकत्या,
टोमॅटो सॉस,
हिरवी चटणी,
दह्याचे स्प्रेड.

२५० किलो कॅलरी

▪ कृती

उकडलेला बटाटा मीठ घालून कुस्करून घ्यावा. ब्रेडच्या कडा काढून त्यांच्या एका बाजूला दह्याचे स्प्रेड लावावे. स्प्रेडवर टोमॅटोच्या चकत्या लावून त्यावर टोमॅटो सॉस घालावा. त्यावर चीज स्लाइस ठेवावा. चीज स्लाइसवर कुस्करलेला बटाटा घालावा. दुसऱ्या ब्रेडच्या स्लाइसला दह्याचे स्प्रेड व त्यावर हिरवी चटणी लावून तो खालच्या ब्रेडवरील बटाट्यावर ठेवावा. जरासे दाबावे व धारदार सुरीने त्रिकोणी आकाराचे चार तुकडे करावे.

कापल्यावर हे तीन रंगी सँडविचेस खूप छान दिसतात. चीज, बटाटा, टोमॅटो, दह्याचे स्प्रेड व हिरव्या चटणीचे कॉंबिनेशन लागतेही छान.

व्हेजिटेबल टोस्ट

साहित्य

चार स्लाइस ब्रेड,
२ चीज क्यूब्ज,
हिरवी चटणी,
४ पाकळ्या लसूण,
१ टोमॅटो, भोपळी मिरची,
कांदा व १ उकडलेला बटाटा,
लोणी, चवीला मीठ.

३८० किलो कॅलरी

कृती

चीज क्यूब्ज किसून घ्याव्यात. ब्रेडच्या कडा काढून त्याला हिरवी चटणी लावावी. कांदा, टोमॅटो, भोपळी मिरची व लसूण बारीक चिरून घ्यावा व थोड्या लोण्यावर परतावा. त्यात बटाटा कुस्करून घालावा. तयार झालेले हे मिश्रण ब्रेडवर दाबून बसवावे. त्यावर किसलेले चीज पसरावे. ब्रेड गरम ओव्हनमध्ये ठेवावे. चीज वितळले व वरून तांबूस रंग आला की काढावे. त्रिकोणी कापून सॉसबरोबर सर्व्ह करावे.

हेल्दी सॅलड्स

सँडविच आणि त्याच्या जोडीने बाऊल भरून सॅलड खाल्ल्यास अतिशय हेल्दी आणि पोटभरीचे खाणे होऊ शकते.

बीटचे सॅलड (प्रकार १)

- **साहित्य**

२ वाट्या उकडून चौकोनी कापलेला बीट, १ वाटी उकडून चौकोनी कापलेला बटाटा,
१ मोठा चमचा तीळ,
१ चमचा पार्सले, मीठ चवीला,
अर्धा चमचा ऑलिव्हचे तेल.

२६० किलो कॅलरी

- **कृती**

एका पॅनमध्ये ऑलिव्हचे तेल गरम करून त्यात तीळ तांबूस होईपर्यंत परतून बाजूला काढून ठेवावे. राहिलेल्या तेलात कांदा व लसूण मीठ घालून परतून घ्यावा. मिश्रण गार झाल्यावर त्यात तीळ, पार्सले व बीटचे तुकडे मिसळावे. काचेच्या बाऊलमधून सर्व्ह करावे.

बीटचे सॅलड (प्रकार २)

- **साहित्य**

२ बीटरूट, १ पांढरा कांदा,
३ लसूण पाकळ्या,
मोठा चमचा बारीक चिरलेले डील,
१ मोठा चमचा लो कॅलरी थाउजंड आयलंड ड्रेसिंग,

- **कृती**

बीटरूटचे साल काढून जाड किसणीवर किसून घ्यावे. कीस मायक्रोवेव्ह ओव्हनमध्ये ठेऊन जरासा वाफवून घ्यावा. पांढरा कांदा व लसूण बारीक चिरून घ्यावे. कांदा, लसूण व डील

मीठ व मिरपूड चवीला.

१५० किलो कॅलरी

बीटच्या किसात मिसळावे. मीठ मिरपूड व थाउजंड आयलंड ड्रेसिंग घालून एकत्र करावे.

अरेबिक सॅलड

- **साहित्य**

१/२ वाटी भिजवून उकडलेले छोले,
१ काकडी, १ गाजर,
१२ काळे ऑलिव्हज,
१२ बदाम,
१ चमचा लिंबाचा रस,
थोडे चिलीफ्लेक्स,
१ चमचा ऑलिव्हचे तेल,
पुदिन्याची पाने,
मीठ व साखर चवीला.

३०० किलो कॅलरी

- **कृती**

काकडीचे सालासकट चौकोनी तुकडे करावे. गाजराचे चौकोनी तुकडे करून थोडे वाफवून घ्यावे. बदाम तासभर पाण्यात भिजवावे. भिजल्यावर साल काढून त्याचे दोन भाग करावे. ऑलिव्हच्या तेलात लिंबाचा रस, चिलीफ्लेक्स, मीठ व साखर घालून ढवळावे. एका वाडग्यात छोले, काकडी, गाजर, ऑलिव्हज, बदाम व पुदीन्याची पाने एकत्र करावी. त्यात वरील ड्रेसिंग घालून चांगले मिसळावे व फ्रीजमध्ये गार करण्यास ठेवावे.

ह्या सॅलडमध्ये काळपट हिरव्या सालीची काकडी वापरतात.

रशियन सॅलड

- **साहित्य**

१ वाटी मटार, २ गाजरे,
१ मोठा बटाटा,
१ काकडी, १ चीज क्यूब,
१ वाटी लो कॅलरी मेयॉनीज,
मीठ व मिरपूड चवीला.

३२० किलो कॅलरी

- **कृती**

मटार वाफवून घ्यावे. गाजर व बटाट्याचे साल काढून चौकोनी तुकडे करून ते वाफवून घ्यावे. काकडी व चीज क्यूबचे चौकोनी तुकडे करावे. सर्व भाज्या एकत्र कराव्या. मेयॉनीज सॉस, मीठ व मिरपूड एकत्र करून फेटावे व त्यात भाज्या घालाव्या. फार घट्ट वाटले तर चमचाभर क्रीम घालावे.

कोबीचे सॅलड

■ **साहित्य**

१ बटाटा, १ गाजर,
२ वाट्या बारीक चिरलेला कोबी,
१ वाटी निवडून बारीक चिरलेला श्रावण घेवडा,
१ मोठा चमचा बारीक चिरलेले डील,
१ चीज क्यूब किसून,
१ चमचा ऑलिव्ह ऑईल,
१ चमचा मस्टर्डसॉस,
लिंबाचा रस,
मीठ व मिरपूड चवीप्रमाणे,
३ ते ४ लेट्यूसची पाने.

२४५ किलो कॅलरी

■ **कृती**

गाजर व बटाट्याचे साल काढून बारीक चौकोनी तुकडे करावे. एका भांड्यात पाणी उकळत ठेवावे. पाणी उकळल्यावर त्यात मीठ व चिरलेल्या भाज्या घालून झाकण लावावे व गॅस बंद करावा. गार झाल्यावर भाज्या गाळण्यावर टाकून निथळून घ्याव्या. एका बाऊलमध्ये ऑलिव्ह ऑईल, मस्टर्ड सॉस, डील, किसलेले चीज, लिंबाचा रस व मीठ घालून फेटावे. त्यात सर्व भाज्या घालून एकत्र करावे. एका खोलगट बशीत लेट्यूसची पाने हाताने तोडून पसरावी व त्यावर तयार सॅलड घालावे.

चिजलिंगचे सॅलड

■ **साहित्य**

२ वाट्या चिजलिंग,
१ उकडलेला बटाटा,
१ कांदा, १ टोमॅटो, २ हिरव्या मिरच्या,
अर्धा चमचा जिरेपूड, कोथिंबीर,
१ चमचा लिंबाचा रस,
१ मोठा भाजलेले शेंगदाणे,
मीठ, साखर व लाल तिखट चवीसाठी.

४७० किलो कॅलरी

■ **कृती**

बटाट्याच्या फोडी कराव्या. कांदा टोमॅटो व कोथिंबीर बारीक चिरून घ्यावे. हिरव्या मिरच्या डेखासकट गॅसवर भाजून घ्याव्या. वरील सर्व पदार्थ एका बाऊलमध्ये एकत्र करावे. आयत्यावेळी त्यात चिजलिंग मिसळावे. वरून हिरव्या मिरच्या ठेवाव्या.

सूप्स

मिनिस्ट्रोन सूप

■ **साहित्य**

१ कप ऑलिव्ह ऑईल,
२ लसूण पाकळ्या,
१ कांदा बारीक चिरून,
१ गाजर तुकडे करून, १ कप मटार,
१ कप कोणतेही बीन्स,
१ कप किसलेला कोबी,
४" सेलरीचा तुकडा,
५ ताजे टोमॅटो,
मीठ व मिरपूड चवीप्रमाणे.

४५० किलो कॅलरी

■ **कृती**

एका मोठ्या भांड्यात ऑलिव्ह ऑईल गरम करून त्यात कांदा, लसूण, सेलरी व साल काढलेले टोमॅटो परतावे. हे सर्व पदार्थ बुडतील एवढे पाणी घालून साधारणपणे पाऊण तास बारीक आचेवर शिजत ठेवावे. भाज्या शिजल्या की गॅस बंद करावा. मिश्रण गार झाल्यावर गाळण्यावर गाळून घ्यावे. या सूपमध्ये आपल्या आवडीप्रमाणे किसलेले चीज, भाज्यांचे बारीक तुकडे तसेच उकडलेला पास्ता घालावा. अशा पद्धतीने केलेले मिनिस्ट्रोन म्हणजे इटलीची खासियत आहे.

व्हेनेशियन राईस अँड पीज सूप

■ **साहित्य**

१ कप शिजलेला भात,
१ कप उकडलेले मटार,
२ मोठे चमचे किसलेले चीज,

■ **कृती**

मटार जरासे ठेचून घ्यावे. भात व थोडे दूध मीठ व मिरपूड घालून मिक्सरवर बारीक करून घ्यावे. त्यात उरलेले

३ कप दूध,
चिलीफ्लेक्स, ओरेगानो,
मीठ व मिरपूड चवीला.

४५० किलो कॅलरी

दूध व मटार घालून गरम करावे. त्यात मीठ, मिरपूड चिलीफ्लेक्स ओरेगानो घालून उकळावे व गॅस बंद करून तयार सूपमध्ये किसलेले चीज घालावे. या दाटसर सुपात दूध व भरपूर चीज घातल्यामुळे ते क्रिमी होते. पांढरेशुभ्र सूप व त्यातले हिरव्यागार मटारचे तुकडे अतिशय आकर्षक दिसतात.

इटालियन ब्रेड सूप (Pancotto)

▪ साहित्य

चार स्लाइस ब्रेड,
१ लहान कांदा बारीक चिरून,
१ गाजर किसून,
१ चमचा लसूण पावडर,
४ कप भाज्यांचा स्टॉक,
२ मोठे चमचे किसलेले चीज,
४ काळे ऑलिव्ह्ज, सेलरी,
मीठ, मिरपूड,
ओरेगानो व पार्सले पावडर,
३ चमचे ऑलिव्ह ऑईल,
जरूरीप्रमाणे दूध.

▪ कृती

ब्रेडचे तुकडे करून मिक्सरवर बारीक करून घ्यावे. एका भांड्यात ऑलिव्ह ऑईल घालून त्यावर कांदा व गाजर परतावे. त्यात भाज्यांचा स्टॉक घालून कांदा आणि गाजर शिजेपर्यंत उकळावे. त्यात ब्रेडचा चुरा घालून हलवावे. ओरेगानो व पार्सले पावडर, सेलरी, मीठ व मिरपूड घालून उकळावे. फार दाट वाटले तर दूध घालून पातळ करावे. सर्व्ह करताना वरून किसलेले चीज व ऑलिव्ह्ज घालून सजवावे.

४३० किलो कॅलरी

पानकोटो हे पारंपरिक इटालियन सूप आहे. पानकोटो म्हणजे शिजवलेला ब्रेड. हे ब्रेडचे सूप इटलीमध्ये पुरातन काळापासून बनवले जाते व लोक आजही ते तितक्याच आवडीने पितात. देशाच्या प्रत्येक भागात ते वेगवेगळ्या प्रकारे बनवले जाते.

पालक सूप

▪ **साहित्य**

२ कप चिरलेला पालक,
४ पाकळ्या लसूण,
१ कांदा बारीक चिरून,
थोडे लोणी, १ कप दूध,
साखर, मीठ व मिरपूड चवीसाठी,
१ चमचा क्रीम,
मूठभर तळलेले ब्रेडचे तुकडे

३७५ किलो कॅलरी

▪ **कृती**

लोण्यावर पालक, कांदा व लसूण परतून घ्यावा. पाणी घालून भाज्या शिजवाव्या व मिक्सरवर बारीक करून एका भांड्यात काढाव्या. मीठ, साखर, मिरपूड व दूध घालून गरम करावे. सर्व्ह करताना त्यात क्रूटॉन्स घालावेत व वरून क्रीम घालावे. दुधामुळे पालकचा उग्रपणा कमी होउन सूपला छान रंग मिळतो.

पमकीन सूप

▪ **साहित्य**

२ वाट्या लाल भोपळ्याचे तुकडे,
१ कांदा, १ गाजर,
२ पाकळ्या लसूण,
१/२ चमचा लोणी,
मीठ व मिरपूड चवीला.
जरूर पडल्यास दूध.

२२५ किलो कॅलरी

▪ **कृती**

कांदा बारीक चिरावा, गाजर किसून घ्यावे. एका पॅनमध्ये लोणी गरम करून त्यात कांदा, गाजर व लसूण पाकळ्या परतून घ्याव्या. त्यात भोपळ्याच्या फोडी घालाव्या. २ कप पाणी घालून भाज्या शिजवाव्या. शिजलेले मिश्रण मिक्सरवर घालून बारीक वाटावे. गाळण्यावर गाळून घ्यावे. मीठ व मिरपूड घालून गरम करावे. फार घट्ट वाटले तर दूध घालून पातळ करावे.

प्रांतोप्रांतीच्या खास भाज्या

- **पंजाब**

मोहरीची पाने आणि मसाले वापरून केलेले सरसो का साग हे पंजाब आणि आसपासच्या भागातली एक अतिशय लोकप्रिय तोंडीलावणे आहे. तिथे शेकडो वर्षांपासून मोहरीची लागवड केली जात आहे. शेतकरी मोहरीची कोवळी पाने खुडून त्याची भाजी करत असत. त्यातील पोषक घटकांमुळे त्यांना शेतावरचे कष्टदायक काम करण्यास ऊर्जा मिळत असे. थंडीच्या दिवसात मोहरीचे पीक येत असल्यामुळे पंजाबमधील थंडीत गरमागरम सरसोंका साग व त्याबरोबर मक्याची रोटी खाल्ली जाते. भाजीचा रंग, स्वाद आणि चव म्हणजे त्या भागातील लोकांची आणि त्यांच्या संस्कृतीची ओळख आहे.

पारंपरिक पद्धतीप्रमाणे ही भाजी शेतावर चूल पेटवून खोलगट भांड्यात केली जाते. ती मोठ्या चमच्याने हलवून हलवून शिजवली जाते. त्यामुळे भाजी चांगली एकजीव होते. मोहरीच्या तेलात केलेल्या या भाजीवर भरपूर तेलाचा तडका घातला जातो व ती लोण्याचा गोळा घातलेल्या मक्याच्या रोटीबरोबर खाल्ली जाते.

सरसों का साग

- **साहित्य**

२ जुड्या मोहरीची पाने,
१ जुडी पालक,
१/२ जुडी कोथिंबीर,
२ कांदे,
१ टोमॅटो,

- **कृती**

मोहरीची पाने, पालक, कोथिंबीर, कांदा व टोमॅटो वेगवेगळे चिरून घ्यावे. हिरव्या मिरच्या, आले व लसूण बारीक वाटावे. एका भांड्यात पाणी घालून त्यात चिरलेली मोहरीची

२" आल्याचा तुकडा,
६ लसूण पाकळ्या,
४ हिरव्या मिरच्या,
१ चमचा जिरे पावडर,
चवीसाठी मीठ,
फोडणीसाठी तेल,
हिंग,
मोहरी,
हळद,
१ चमचा मक्याचे पीठ.

२५० किलो कॅलरी

पाने टाकावीत. पाणी उकळले की भाजी गाळून पाणी काढून टाकावे. यामुळे भाजीत असलेला कडवटपणा कमी होईल.

नॉनस्टिक भांड्यात तेल टाकून फोडणी करावी. मोहरी तडतडली की त्यात कांदा, टोमॅटो व वाटण टाकून जरा परतावे. त्यात चिरलेला पालक, कोथिंबीर व मोहरीची पाने घालावीत. थोडे थोडे पाणी घालत घोटून घोटून शिजवावी. भाजी पूर्ण शिजल्यावर त्यात जिऱ्याची पूड, मीठ व थोड्या पाण्यात कालवलेले मक्याचे पीठ घालावे व थोडा वेळ शिजवावे. भाजी चांगली एकजीव झाली पाहिजे. मक्याच्या पिठाने भाजीला दाटपणा येतो.

(ही भाजी अगदी कमी तेलात केली व वरून तडका दिला नाही तरीही चवीला चांगलीच लागते. मुख्य म्हणजे त्यातील कॅलरीज कमी झाल्यामुळे ती हेल्दी होते. मोहरीच्या पानांना अगदी वेगळाच स्वाद व किंचित कडसर चव असते; पण ती घालवण्यासाठी त्यात पालक मिसळला जातो. पालकमुळे भाजीला दाटपणा मिळतो. मोहरीच्या पानांमध्ये अनेक जीवनसत्त्वे व फायबर असून ती कॉपर मँगॅनीज व कॅल्शियमने परिपूर्ण अशी असतात.)

- **राजस्थान**

रखरखीत आणि वाळवंटी प्रदेश, उष्ण हवामान आणि पाण्याचे दुर्भिक्ष्य असलेल्या राजस्थानची खाद्यसंस्कृती या सगळ्या गोष्टी लक्षात घेऊनच बनली आहे. त्यांचे पदार्थ कमीत कमी पाणी वापरून केलेले असतात. वाळवंटी प्रदेशात ताज्या भाज्या मिळणे अवघड; पण त्याची कसर कडधान्ये, डाळी व डाळीचे पीठ वापरून भरून काढली जाते. जे पदार्थ उपलब्ध असतात त्यांचा उत्तमप्रकारे उपयोग करून सुग्रास जेवण बनवण्याचे कसब राजस्थानी गृहिणीच्या हातात असते. त्यांच्या रोजच्या जेवणात तेल, तूप, दूध, दही व ताक खूप वापरले जाते.

गट्टे की सब्जी

- **साहित्य**

गट्ट्यांसाठी

१/२ कप बेसन,
१ कप शिजवलेली मुगाची डाळ,
१/२ वाटी किसलेला कोबी किंवा कॉलीफ्लॉवर, १ चमचा तेल,
चिमूटभर सोडा, १ चमचा दही,
चवीला मीठ व तिखट.

रश्श्यासाठी

२ कांदे, १ टोमॅटो,
१ मोठा चमचा दही,
१" अल्याचा तुकडा,
१/२ चमचा गरम मसाला,
१ चमचा धनेपूड,
१/२ चमचा लाल तिखट,
फोडणीसाठी थोडे तेल,
हळद, हिंग,
कोथिंबीर

४६५ किलो कॅलरी

- **कृती**

मुगाची डाळ कुस्करून त्यात किसलेला कोबी किंवा कॉलीफ्लॉवर, दही, मीठ व तेल घालावे. त्यात बेसन, सोडा व लागेल त्याप्रमाणे पाणी घालून वळता येईल इतपत घट्ट पीठ भिजवावे व १५ मिनिटे झाकून ठेवावे. एका भांड्यात पाणी घेऊन त्यात १/२ चमचा दही, थोडे तेल व चिमूटभर मीठ घालावे व ते गरम करण्यास ठेवावे. भिजवलेल्या पिठाची साधारण १" व्यासाची लांब सुरनळी वळावी. धारदार सुरीने त्याचे पापडाच्या लाटीसारखे लहान लहान तुकडे करावे. दही व मीठ घातलेले पाणी उकळायला लागले की त्या पाण्यात तयार गट्टे सोडावेत व मंद आचेवर शिजू द्यावे. शिजलेले गट्टे एका बशीत काढून घ्यावे व पाणी रश्श्यासाठी ठेवावे.

कढईमध्ये गट्टे शिजवलेले कपभर पाणी घेउन त्यात हळद व हिंग घालावा. त्यात बारीक चिरलेला कांदा, टोमॅटो व आल्याचा तुकडा घालून शिजू द्यावे. शिजलेले मिश्रण मिक्सरवर घालून बारीक वाटून घ्यावे.वाटलेले मिश्रण परत कढईमध्ये काढून त्यात गरम मसाला, धनेपूड व लाल तिखट घालावे. मसाला एकत्र करून त्यात तयार ग़ट्टे व उरलेले पाणी घालून चांगली उकळी द्यावी. वाढताना वरून कोथिंबीर घालावी.

(गट्टे पौष्टिक व हेल्दी करण्यासाठी त्यात बेसनाच्या जोडीने शिजवलेली मूगाची डाळ व किसलेली भाजी घातली आहे. हे गट्टे हलके होण्यासाठी त्यात मोहन घालणे जरूरी आहे पण रश्श्याला पाण्याची फोडणी करून त्यातले तेल आपण टाळू शकतो. राजस्थानी लोक गट्ट्याच्या भाजीवर साजूक तूप घालून खातात.)

▪ दक्षिण भारत

दक्षिण भारत म्हणले की आठवतात ते इडली, डोसा, उत्तपा आणि सांबार हे पदार्थ. या सगळ्या पदार्थांमध्ये उडदाची डाळ आणि तांदूळ याचे योग्य प्रमाणात मिश्रण करून ते भिजवून वाटले जाते. वाटलेले पीठ आंबवले जाते व त्याचे डोसे वा इडली करून ते सांबार वा चटणी बरोबर खाल्ले जातात. हे सगळे पदार्थ अतिशय आरोग्यकारक असून त्यातून शरीराला आवश्यक असे अनेक घटक मिळतात. त्या पिठात आणखी काही पदार्थ मिसळल्यास ते जास्त आरोग्यकारक होऊ शकतात.

ओट्सची इडली

▪ साहित्य

१ वाटी तांदूळ,
१ वाटी ओट्स,
पाऊण वाटी उडीद डाळ,
मेथी दाणे,
चिमूटभर बेकिंग सोडा व मीठ.

१०५० किलो कॅलरी

▪ कृती

उडीद डाळ व मेथीदाणे एकत्र करून आणि तांदूळ वेगवेगळे चार तास भिजत घालावे. ओट्स किंचित भाजून घ्यावे. व तांदळाबरोबर वाटावे. उडीद दाळ वाटून तांदळाच्या पिठात मिसळावी. मीठ व बेकिंग सोडा घालून तयार पीठ फेसावे व साच्यात इडल्या घालून वाफवाव्या.

इडली चाट

▪ साहित्य

७ ते ८ इडल्या,
१ लहान कांदा, १ लहान टोमॅटो,
१ वाटी दही,
१ मोठा चमचा खारी बुंदी,
१ मोठा चमचा शेव,
चाट मसाला, लाल तिखट व मीठ चवीप्रमाणे.
पुदिन्याची चटणी व आंबट-गोड चिंचेची चटणी जरूरीप्रमाणे,
फोडणीसाठी १ चमचा तेल,
मोहरी, हिंग व हळद.

४५० किलो कॅलरी

▪ कृती

कांदा व टोमॅटो बारीक चिरून घ्यावे. दह्यात मीठ व चाट मसाला घालून ते फेटून घ्यावे. इडलीचे लहान लहान तुकडे करून घ्यावे. कढईमध्ये फोडणी करून त्यावर इडलीचे तुकडे टाकावे. चवीला मीठ व लाल तिखट घालून लाल रंगावर परतावे.

इडली गार झाल्यावर एका खोलगट बशीत काढावी व त्यात खारी बुंदी मिसळावी. त्यावर चिरलेला कांदा व टोमॅटो घालावे. त्यावर फेटलेले दही घालावे. दह्यावर पुदीन्याची व चिंचेची चटणी घालावी व शेवटी शेव घालून इडली चाट सर्व्ह करावे.

▪ गुजरात

अनेक वर्षांपासून गुजरातमधील कापड गिरणीतील कामगारांसाठी एकप्रकारची भाजी बनवली जात असे. वेगवेगळ्या भाज्या एकत्र करून त्यात मसाला घालून सरसरीत अशी भाजी व त्याबरोबर लोणी लावलेला लादी पाव असे त्याचे स्वरूप असे. हा एक पदार्थ म्हणजे त्यांचे पोटभरीचे जेवण होत असे. हीच ती आजची लोकप्रिय व चविष्ट अशी पावभाजी, जिचा उगम गुजरातमधला मानला जातो. पावभाजीची चव लोकांना इतकी आवडली की, ती अल्पावधीतच सगळीकडे लोकप्रिय झाली. मुंबईच्या स्टॉलवाल्यांनी त्याला रात्रीच्या जेवणानंतर उरलेल्या भाज्या घालून केलेले मध्यरात्रीचे खाणे असे नाव दिले.

लोण्याशिवाय पावभाजी

▪ साहित्य

४ बटाटे, ४ टोमॅटो,
२ कांदे, वाटीभर मटार,
१ वाटी फ्लॉवरचे तुकडे,
१ वाटी बारीक चिरलेले गाजर व भोपळी मिरची, १ चमचा आलंपेस्ट,
१ चमचा लसूण पेस्ट,
१ मोठा चमचा पावभाजी मसाला,
१ वाटी चिरलेली कोथिंबीर,
चवीप्रमाणे मीठ.

४७० किलो कॅलरी

▪ कृती

बटाट्याची साले काढून लहान तुकडे करावे. कांदा व टोमॅटो बारीक चिरून घ्यावा. प्रेशर कुकरमध्ये चिरलेला टोमॅटो व कांदा घालून जरा शिजवावे. त्यात आले व लसूण पेस्ट, पावभाजी मसाला, मीठ, बटाटे, मटार, गाजर, भोपळी मिरची व फ्लॉवर घालून परतावे. जरूरीपुरते पाणी घालून भाजीला दोन शिट्ट्या कराव्यात. भाजी शिजल्यावर कुस्करून बारीक करावी. कोथिंबीर घालून गरम करावी.

मुलांना अथवा ज्यांना पथ्य नसेल त्यांची भाजी लोणी घालून गरम करून द्यावी. वाढताना भाजीवर लोण्याचा गोळा टाकावा. त्यांच्या पावाला देखील भरपूर लोणी लावावे.

हेल्दी जेवणाचे वीस मेन्यू

रोज दुपारच्या व रात्रीच्या जेवणासाठी काय करायचे हा प्रश्न प्रत्येक गृहिणीला पडलेला असतो. पोळी वेगवेगळ्या भाज्या, भात, डाळ हे तर नेहमीचे पदार्थ आहेतच. इतर पदार्थ सुचले तरी त्यात वैविध्य असावे लागते तसेच ते सर्व अन्नघटकांनी परिपूर्ण असे असावे लागतात. कोणते पदार्थ कशाबरोबर खावेत हे ठरलेले असते त्यामुळे जेवनाचा मेन्यू ठरवताना विचार करून ठरवावा लागतो. जेवणातले पदार्थ एकमेकांना पूरक असे असावे लागतात. रशियन सॅलड व थालीपीठ किंवा बेक्ड व्हेजिटेबल्स व पराठा हे पदार्थ एकमेकांना पूरक नाहीत.

खाली दिलेले पदार्थ एकमेकांना पूरक असल्यामुळे पोटभरीचे आहेतच पण त्यांत विविधता असून ते हेल्दीदेखील आहेत. ते पदार्थ एका बशीत छान मांडून सर्व्ह केले तर दिसायलाही चांगले दिसतील व खाणाऱ्याला मजा देखील येईल.

१. पमकीन सूप + व्हेजिटेबल टोस्ट + बेक्ड बीन्स
२. व्हेनेशियन राईस अँड पीज सूप + बेक्ड पोटॅटो वेजेस + बटण मश्रूम्स आणि बेबीकॉर्न
३. कोथिंबीर व पुदिना पराठा + भाज्यांचे कटलेट + दह्यातली कोशिंबीर
४. मटकीची खिचडी + मेथीची कढी + मिक्स भाज्यांची पचडी
५. मसूरच्या डाळीचे सूप + बेसील राईस + बीटरूटचे सॅलड
६. चीज पराठा + हमूस + भाज्यांचे कटलेट व वेफर्स
७. चण्याच्या डाळीचे धिरडे + दह्यातला पालक + मेक्सिकन फ्रूट सॅलड.
८. मसूर पुलाव + कॉलीफ्लॉवर घातलेली वाटली डाळ + दह्यातली कोशिंबीर
९. मटार भात + ज्वारीच्या पिठाचे टोमॅटो ऑमलेट + मूग व बुंदी रायता
१०. मटार व बटाट्याची टिक्की + मिक्स कडधान्याची उसळ + कोबीचे सॅलड
१२. दुधीचे मुटकुळे + बटाट्याचा कांदा टोमॅटो घालून रस्सा + कडधान्याचे सॅलड.

१३. बीटचे सॅलड + पुदीना पुलाव + कडधान्याची पातळसर उसळ.
१४. मिनीस्ट्रोन सूप + ब्रोकोली पास्ता + अरेबिक सॅलड.
१५. पानकोटो सूप + मॅश्ड पोटॅटो + मक्याचे सॅलड.
१६. पालकचे सूप + लीमा बीन्स आणि नूडल्स + स्टरफ्राईड भाज्या
१७. बेक्ड बीन्स अँड पोटॅटो केक + चीज, बटाटा व चटणीचे सँडविच
१८. पांढरा ढोकळा + कडधान्यांचा पुलाव + मेथी रायता
१९. पीनट बटर लावलेला ब्रेड + बेक्ड कॉलीफ्लॉवर + सोलाणे व मेथीचे पॅटीस.
२०. टोमॅटो सूप + तीन रंगी सँडविच + भाज्यांचा पुलाव.

हल्ली बाजारात पदार्थांची मूद पाडण्यासाठी वेगवेगळ्या आकाराचे साचे तसेच चौकोनी, त्रिकोणी आकाराच्या बशा मिळतात, त्यांचा सर्व्ह करताना नक्की उपयोग करावा.

मेन्यू ४ मधील मटकीच्या खिचडीची बशीत मूद पाडावी. त्याच्या बाजूला अर्धगोलाकार अशी मिक्स भाज्यांची पचडी घालावी दुसऱ्या बाजूला काचेच्या बाऊलमध्ये मेथीची कढी द्यावी. पापड भाजून चतकोर घडी शेजारी ठेवावी.

मेन्यू ५ मध्ये पिवळ्या रंगाचे मसूर सूप, बेसीलची हिरवी पाने घातलेला भात आणि लाल रंगाचे बीटरूटचे सॅलड एका बशीमध्ये ठेवले तर पदार्थांच्या वेगवेगळ्या रंगामुळे नक्कीच आकर्षक दिसेल.

मेन्यू ९ मधील मटार भाताच्या दोन लहान वाट्यांनी मुदी पाडाव्या व त्याला लागून त्याच वाटीत शेजारी मूग व बुंदी रायता घालावा. शेजारी टोमॅटो ऑमलेटची गुंडाळी करून ठेवावी. त्याबरोबर थोडे वेफर्स घालावे.

मेन्यू १२ मधील कोबीच्या सॅलडची बशीच्या मधोमध लांबट गोल साच्यातून मूद पाडावी. त्याच्या एका बाजूला चार ते पाच दुधीचे मुटकुळे ठेवावे व त्यावर थोडी शेव घलावी. दुसऱ्या बाजूला वाटीत रस्सा व चार पाच वेफर्स ठेवावे.

बशीत मांडलेल्या पदार्थांबरोबर सॅलड, वेफर्स, शेव, पापड असे पदार्थ दिल्यास ते आणखी आकर्षक दिसतील. लाल टोमॅटो सॉस, हिरवी चटणी, कोथिंबीर अशा पदार्थांनी देखील पदार्थ सजवता येतील. मुख्य म्हणजे पदार्थांच्या रंगसंगतीला महत्त्व दिल्यामुळे ते छान दिसतील.

या सगळ्या गोष्टी पाळून व आपली कल्पकता लढवून निरनिराळे आरोग्यदायी पदार्थ बनवणे हेच खरे हेल्दी शाकाहाराचे गमक आहे.

लेखिका परिचय

मृणाल तुळपुळे
७७३/३, रवि बंगला,
७ वी गल्ली, प्रभात रस्ता,
डेक्कन जिमखाना,
पुणे ४११००४
दूरध्वनी : ९८२२२९३६९०
इ-मेल : mrinaltul@hotmail.com

- शिक्षण : बी. कॉम., एल.एल.बी., डी. टी. एल.
- इलेक्ट्रॉनिक्स व कार्डबोर्ड बॉक्स इंडस्ट्रीमध्ये ३० वर्षांपेक्षा जास्त काळ कामाचा अनुभव.
- २००४पासून 'रोटरी'मध्ये विविध पदांवर काम.
- विविध आकाराच्या घंटा (बेल्स) जमवणे, ऑईल पेंटिंग व प्रवास हे छंद.
- २००८पासून प्रवासवर्णनपर, खाद्यसंस्कृतीविषयक ललित लेखन व लहान मुलांच्या गोष्टी 'सकाळ', 'साप्ताहिक सकाळ', 'तनिष्का' व इतर नामवंत नियतकालिकांमधून प्रकाशित.
- 'माझी खाद्यभ्रमंती' व 'कहाणी... चटणीची' ही देशोदेशीच्या चवींची माहिती देणारी पुस्तके सकाळ प्रकाशनतर्फे प्रकाशित.
- २०११मध्ये प्रकाशित 'कॉफी, डायरी आणि प्रवास' या पुस्तकाला त्या वर्षीचा 'स्मिता पाटील पुरस्कार'.

www.ingramcontent.com/pod-product-compliance
Lightning Source LLC
LaVergne TN
LVHW040817051026
849519LV00007BA/2654
* 9 7 8 9 3 8 6 2 0 4 9 3 6 *